உவமையில்லா தந்தைக்கு

க. கலையரசி

யாப்பு பப்ளிகேஷன்

YAAPPU   PUBLICATION

(Affiliate by Aelay Publish)

Copyright © க. கலையரசி

உவமையில்லா தந்தைக்கு

ISBN: 978-93-55331-23-6

First Edition: 2021

Typesetting By A.Siva Prakash

Proof   Reading by Renuga devi

Cover Design by Anitha Dinesh

உவமையில்லா தந்தைக்கு

உவமைகள் பல கூறினாலும் ஈடாகாத ஒரு ஜீவன் தந்தை

தன் பிள்ளைகளின் மேல் கொண்ட பாசத்தை

மறைமுகமாவாகவும் வெளிப்படையாககவும் தன்

அன்பை வெளிப்படுத்தும் ஒரு அற்புதமான உயிருக்காக

எழுதப்பட்டது இந்த கவிதை தொகுப்பு. தன் நிகரில்லா

உயிராகிய தந்தைக்கு, தங்கள் பாசத்தையும், அன்பையும்,

அவரின் கண்ணீரையும், செய்த தியாகங்களையும்

வெளிப்படுத்தும் வகையிலும் இந்த கவிதை புத்தகம்

படைக்கப்பட்டுள்ளது.

இவர் பெயர் க. கலையரசி. இவர் ஈரோடு வேளாளர் மகளிர் கல்லூரியில் மூன்றாம் ஆண்டு இளங்கலை ஆங்கில இலக்கியம் படித்து வருகிறார். இவர் ஈரோடு மாவட்டம் மந்திரி பாளையம் கிராமத்தில் வசித்து வருகிறார். இவர் பெற்றோர் பெயர் கருப்பணசாமி, கவிதா. இவர் சகோதரர் பெயர் ஹரிஹரன்.

இவர் பதினைந்துக்கு மேற்பட்ட புத்தகங்களுக்கு துணை ஆசிரியராக இருந்துள்ளார். இவர் தமிழ் மீது கொண்ட பற்றினால் கவிதை எழுதி வருகிறார்.

நிகரில்லா தந்தைக்கு உன் நிழல் எழுதிக்கொள்வது

பாசத்தை புறந்தள்ளி கண்டிப்பை மட்டும் அடிமனதில்

படியவைப்பது ஏன்? நீங்கள் என்னுடன் செலவிடும் நேரம்

சிறிதே ... ஆனால் அந்நேரங்களையும் என்

வாழ்க்கைகேசெலவிடுவது ஏன்? பாசத்தை

வெளிக்கொணரவில்லை என்றாலும் எனக்காக வாழும் உயிர்

நீங்கள். என்னதான் சமாதானம் சொன்னாலும் உங்கள்

பாசத்துக்கு ஏங்கும் உங்கள் நிழல் நான்...

சாலையை கடக்க பயந்த போது...

உங்கள் விரல் பிடிக்கையில் உலகம் ஏனோ

உள்ளங்கையில் என்ற உணர்வு ...

எனை வீழாத ஆலமரமாக வளர்க்க

ஆயிரம் விழுதாக கிடந்தவர் ...

ஆயிரம் முறை அழைத்தாலும் ஓசை குறையாமல்

மனதின் அடி ஆழத்திலிருந்து வருகின்ற வார்த்தைகள்

அப்பா ...

-கலையரசி

இணை எழுத்தாளர்கள்:

1. அருணா தனசேகர்.

2. ஆனந்த்-கீர்த்தி.

3. இவண் விக்னேஷ்.

4. இரா. ரதிப்பிரியா.

5. கரந்தை கவிஞர் புலவர்-எல். செல்வகுமார்.

6. எழில் தமிழன் தினேஷ் ராஜா.

7. கவிஞர். மு கோகிலா.

8. கவிஞர் ச. மீனா.

9. கீர்த்தனா பு.

10. கு. ஜெயகோகிலா.

11. குழலன் (வேணுகோபால் ராசேந்திரன்).

12. கெளசிகா திருமூர்த்தி.

13. ச. சுதிக் ஷா.

14. சபரிதா. சு.

15. சக்திசுருதி ஐம்புகேஸ்வரன்.

16. ச. சத்யாதேவி.

17. சுஜனாஸ்ரீ ஐம்புகேஸ்வரன்.

18. சு. கார்த்திகேயன்.

19.செல்வமணி. ஏ

20. செ. கீர்த்தனா.

21. செ. பிரியதர்ஷினி.

22.செ. பிரியதர்ஷினி.

23. சேலம் த. கலையரசன்.

24. நவீன் வேலுச்சாமி.

25. ந. வீர சுந்தரி.

26. நித்யா சந்திர குமார்.

27. நிகிதா.

28. பூமிகா பன்னீர் செல்வம்.

29. ம. பிரியாமணி.

30. மெ. அ. கிளைசஷன்.

31. முனைவர் வெ. அனுராதா.

32. யாமினி.

33. ரா. ராஜாராமன்.

34. ரேவதி. கோ.

35. ல. மௌனிகா.

36. லெனின்.

37. வி. புஷ்பராஜன்.

38. வெ. க. மிருதுளா.

39. வெண்பா (தி. தாமரைச் செல்வி).

40. வே. ஷர்மி ஸ்ரீ

41.ஹேமா. செ.

42. ஸ்ரீதர். ரா.

43.Abinaya.S

44.Abinesh

45.ANUSHIYA.C

46.ASHWIN (கவிக்கோ ASH)

47.Asma Rilwana.S

48.Asmitha.N

49.Bharathippriyan.D

50.Divya. D

51.Eswari

52.Firthosh Fathima

53.Gayathri.E

54.Geetharaj

55.Gowsikannu

56.HARINI.G

57.Harun Murugesan

58.Hemalatha.C

59.Hemamalini.M

60.JANANI.K

61.Jeya Lakshmi Ragothaman

62.Kameshwaran.K

63.Kanimozhi Ponnusamy

64.KARTHICK.M

65.Kavi kutty.S. R

66.KAVINKUMAR T

67.KAVISHANKARI S P

68.Madhan.P

69.Mahadevan akash

70.Manjula.G

71.Manikandan.P

72.Miruthubhashini ayyasamy

73.MOHAMED KASIM.S

74.Mohanadevi.S

75.Mohan kumar. B

76.Monika

77.Mounisha Shri.S

78.Mutharasan muhi

79.NATHIRA.K M.com., BL.,

80.Nandhini Marappan

81.Narmatha.S

82.Nithishkumar.R

83.ponsubiksha

84.Poonkulali

85.Raj kumar

86.Ramakrishnan.K. S

87.Ramanivetha.G

88.Ramesh.R

89.Ramya.L

90.Sangeetha.M

91.Santhosh.P

92.SHAILO JOY.A. J

93.Shubhaharini suresh

94.SRI VISHNU.K

95.SWATHI.L

96.VASANTHA PRIYA.V

எனது அடையாளம்

மார்போடு அன்று அணைத்தவன்

இன்று வரை என்னை இறக்கி விடவில்லை

இமைபோல என்னை பாதுகாத்தவன்

இமை மூடாமல் பிறந்த நாள் முதல்

நான் இறக்கும் நாள் வரை எனது அடையாளமாக மாறினான்

ஏன்? அவன் மகளாக வலம் வரவா இல்லை

அவன் பெயர் சொல்லும் பெண்ணாக நான் வளரவா

மார்போடு தாங்கும் இவனை என்றாவது

ஒருநாள் என் வயிற்றில் சுமக்க வேண்டும்

இவன் மார்போடு அணைத்துக் கொள்ளும்போது

பெற்ற இன்பத்தை விட இவனை நான் சுமக்கும்போது நான்

கொள்ளும் இன்பம் பெரியது...!

-அருணா தனசேகர்

என் பிள்ளைக்கு

ஊருக்கே ஆசான் ஆனால் எனக்கோ அப்பன்தானே !

ஊர் கண்டிப்பு எனக்கில்லை அதனால் ஏனோ எவன் பேச்சும்

கேட்டதில்லை, தடுமாறிய வாலிபம் தடம்மாற்ற கல்யாணம்,

வந்தவள் வாய்பேச்சு எனக்கு வாய்பாடே ஆகிட்டு,

என் வித்து பிறப்பெடுக்க வந்தானே சிங்ககுட்டி,

இனியிந்த காலமெல்லாம் இவனுக்கென நானிருப்பேன்,

நான் கண்டிராத கண்டிப்பு எப்படித்தருவேன் என்

பிள்ளைக்கு,ஆம் இப்பொறுப்பும் என் தந்தைக்கே !

எவ்வொறு பயணத்தின்போதும் ஒவ்வொரு கதைசொல்ல

மறந்ததும்மில்லை அதை அவன் மறப்பதும்மில்லை ...

தான் இழைத்த தவறுகளை ஒருபோதும் தன் மகன்

எதிர்கொள்ளக்கூடாதென நினைக்கும்,,,,,

என் தந்தைக்கு உவமையென யார் சொல்வேன் ?

-ஆனந்த் கீர்த்தி

குடும்பத்தின் ஆணிவேர் தந்தை

எளிமையின் அடையாளம் அவர் ஏழு கடல் தேடி திரவியம் தேடுபவர் அவர் ஈரைந்து விரல்கள் கொண்டு அயராது உழைக்கும் உழைப்பாளி .. அவர் எங்கள் குடும்பத்தின் கதாநாயகன் அவர் அன்பு இருந்தும் காட்டத் தெரியாத ஜீவன்

அவர் எங்கள் குடும்பத்தை பாதுகாக்கும் ராணுவ வீரன்..

மரத்தை தாங்கிப் பிடிக்கும் வேர்கள் கண்ணுக்கு தெரிவதில்லை

அதுபோலவே குடும்பத்தை தாங்கி பிடிக்கும் அப்பாவின் உழைப்பை பலரும் உணர்வதில்லை....

இன்பத்தினை இருமடங்காக நம்முடன் பகிர்ந்து துன்பத்தினை மறைத்து வைத்து சிரித்திடுவார்....

நம்மை தோளிலும் மனதிலும் தூக்கி சுமக்க கூடிய தெய்வம் ஒன்று உண்டென்றால் அது அப்பா மட்டுமே.....

-இவண் விக்னேஷ்

தந்தை

நான் பிறக்கும்போது

என்னை உன் கைகளில் தாங்கினாய்,

நான் தவழும்போது என்னை உன் மடியில் தாங்கினாய்,

நான் நடக்கும்போது என்னை உன் கால்களில் தாங்கினாய்,

நான் வளரும்போது என்னை உன் தோள்களில் தாங்கினாய்,

இத்தனை வலிகளையும் தாங்கிக்கொண்ட உன் முகத்தில்,

நான் ஒரு வலியையும் ஒருபோதும் பார்த்ததில்லை;

கடவுள் எனக்கொரு வரம் கொடுத்தால்,

நீ என் மகனாக பிறக்க வேண்டும் என்று வரம் கேட்பேன்...

உன்னை நான் சுமப்பதற்காக !!!

சுமையாக அல்ல ; சுகமாக !!!

இரா.ரதிப்பிரியா.

மூன்றெழுத்து மந்திரம்

தந்தை இது மூன்றெழுத்து மந்திரம்

அன்பும் அறிவுமான ஆண் எந்திரம் உலகை படைத்த
கடவுளின் தந்திரம்-

அது தந்தையென்னும் மந்திரம் அன்பில் பவித்ரம்

அறிவில் தனித்திரம் அரநெனும்சூத்திரம்-

அது, தந்தையெனும் மந்திரம் தந்தையும்,தாயுமாய்
விந்தையின்,

வடிவமாய் சிந்தையும்,சீவனுமாய் –

அவனியில் தந்தையெனும் மந்திரம்

பித்தா ரூபம்

பிதா பித்தா ரூபம்

சதா சிவ ரூபம்

வேதா ஒலி ரூபம்

ஓதா பிரணவ ரூபம்

ஊதா வானம் தோற்கும்மேதாவி பண்பினில்

பாதாம் வலுசேர்க்கும்பாதாதி கேசம் வரை

ஏதோ என்று ஏளனிக்காதே

சோதா என்று தீர்மானிக்காதேபூதம் ஐந்தும் வணங்கும்

பிதா உன் பலமாய் உள்ளவரை

-இவண் கரந்தை கவிஞர், புலவர் -எல். செல்வகுமார்

என்தந்தைக்கு

உன் சிறகுடைய விறகுடைக்க முள்ளடிக்க

கரம் வீங்கி சீழ் வடியும்

சிரமத்திலும் சிரம் உயர்த்தி செல் சீமைக்கு;

கல்(கற்றல்) கருத்தோடு;

வெல் வேட்கைதனை தனையனே நீ என்றாய்,

நான் சிறப்புடனும், சிரிப்புடனும் வாழ எந்தையே என் தந்தையே!

உன்னை நான் எவ்வாறு உவமிக்க? எதனோடு உவமிக்க?

ஒப்பாகுமா இவ்வையகம் உமக்கு!

-எழில் தமிழன் தினேஷ் ராஜா

தியாக தீபம் தந்தை

தன்னை மறந்தும் நேசித்து தன்நிலை மறைத்தும்

நான் நேசித்ததை வாங்கிக்கொடுத்து தன்னலம்

சிறிதும் இல்லாமல் தன்னிகரில்லாத்

தன்மை கொண்டது தந்தை எனும் உறவு மட்டுமே!..

இப்பாரினில் நான் சிறகடித்துப் பறக்க

உந்தன் சிறகுகள் காயப்பட்டாலும்

ஒரு பொருட்டாக எண்ணாது

உன்னால் முடியும் என்று உறங்கச் சொல்லி

எனை உயர உயர பறக்கச் செய்பவர்!....

இவன் பிள்ளை என்று இவளை ஊரும் போற்ற

இரவுபகல் பாராது எந்தன் உயர்வையே

உம் எண்ணம் முழுவதும்கொண்டு

இந்நிலைக்கு என்னை வளர்த்தெடுத்தாய்.....

தான் பார்த்திடாத இப்பாரின் அழகினை நான் பார்த்திட
ஆசைப்படுபவர் !..

என் வெற்றிக்கு நாயகன் கனவுகளுக்கு கால்கோலிட்டவர்!..

காலங்கள் கடந்து வயதானாலும் காலம் சொல்லும் உன்
தியாகத்தின் மதிப்பை !...

முடிவில்லா உம் அன்பினை முற்றுப்புள்ளி இடாமல்
முடிக்கிறேன் முடிவே இல்லா முடிவிலியாக ....

- கவிஞர்.மு.கோகிலா, உதவிப் பேராசிரியர்,   திண்டுக்கல்

அன்புள்ள அப்பா

தொட்டிலில் ஆட்டி தூங்கவைத்தாள் அன்னை..

தோள்களையே தொட்டிலாக்கி தூங்கவைத்தாய் நீ..!

சின்ன சின்ன செயல்களையும் செல்லமாக ரசித்த என் முதல்
ரசிகன் நீ..! நான் அழும்போதெல்லாம் உடனே
சிரிக்கவைக்கும் சார்லிசாப்லின் நீ!

ஒவ்வொரு நாளும் ஓயாமல் உழைக்கிறாய் எங்களுக்காக....

உன் மகிழ்ச்சியைப் பற்றி ஒருமுறை கூட எண்ணமாட்டாயா?

உனக்கு என்ன வேண்டும் அப்பா என்று கேட்டாலும் என்
மகளின் மகிழ்ச்சி போதும் என்கிறாய்... வானில்
தேவதூதர்கள் இருப்பதாக சொன்னார்கள் நேரில்
காண்கிறேன் என் தந்தையாக..! காலங்கள் முழுதும்
உன்னோடு பயணிக்கும் வரம் வேண்டும் அப்பா.. மணமான
பிறகும் மறவாமல் நேசிக்கும் மனம் வேண்டும் அப்பா.

கவிஞர் ச.மீனா

தந்தையும் நானும்

இல்லறம் எனும் நல்லற தவத்தில்

வரமாய் நான் உனக்கு...

வாழ்வே நீ எனக்கு

அன்னையின் கருவில் சிசுவாய் மண்ணைத்

தொடும் முன்பே தொடங்கிய நம் அன்பின் பயணம்...

தொடர்கிறது என் கரம் விடாமல் வாழ்நாள் முழுவதும்...

இனியும் தொடரட்டும் இனிய பயணம்

சிறு மாறுதலுடன் இம்முறை நீ என் சேயாக

நான் உன் தாயாக...

-கீர்த்தனா பு

அன்புள்ள அப்பா

நான் இந்த உலகத்தை பார்த்த போது

உன்னுடைய கைகளால் என்னை அள்ளி எடுத்தாய்,

அன்று என்னை உன் மார்பில் சுமக்க தொடங்கினாய்

இன்று வரை நீ தான் என்னை சுமக்கிறாய்.

அன்று நான் நடப்பதற்கு துணையாய்

உன்னுடைய விரல்களை கொடுத்தாய்

இன்று வரை உன்னுடைய விரல்களை பிடித்து தான்

எனக்கு நடக்க தெரியும். நீ பட்ட கஷ்டத்தில் இன்பத்தை
கண்டேன், வியர்வை என்னும் அமிர்தத்தை எனக்காக
கொடுத்தாய் அதனால்தான் நான் இன்று வியர்வை

சிந்தாமல் வாழ்ந்து கொண்டு இருக்கிறேன்.

-கு. ஜெய கோகிலா

ஆண்தாய்..

தாளாதுன் அன்பில் அணைப்பில்..

வீழாது வானில் மிதப்பேன்.. காற்றில் காலூன்றி நடப்பேன்..

நின் துணையிலே.. தந்தையென்ற ஒற்றைச் சொல்லுள்..

விந்தையென வந்தவ ரேநீர்..

சொந்தமெலாம் நீயே கோவே..

நின் அன்பிலே.. ஆழ்கடலில் முத்தாய் நானும்..

அதைகாக்கும் சிப்பியும் நீயோ..

சாலையோர கல்லாய் நானும்..

செதுக்கநேர்த்த சிற்பி நீயோ..

உனையன்றி யாரும் வராரே

எனக் கரணாக.. நானன்றி யாரும் பெறாரே உனை

- குழலன்

அப்பா...

உன் கைகளைக் கோர்த்துத் தான் நடை பயின்றதாய் நியாபகம்..! நான் கேட்பதை நீ இல்லையென்று உரைத்தாய் நினைவில்லை எனக்கு..! தாயாகவும் ஏனோ நீயே தாங்கினாய்..! தோழனாகவும் தோள் கொடுத்தாய்..!

உன்னாலே நிதமும் நான் சிரித்தேன்..!

உன் அணைப்பினிலே நான் மிளிர்ந்தேன்..!

தாயவளிடம் வாங்கும் பல திட்டுக்களும் உன் தலைகோதலில் மறைந்துவிடும்..! வாழ்வினிலே நீ கண்ட வலிகளை எனக்கே வசமாகிடச் செய்தாய்..!!

உன் நேர்மை எனும் உளியில் எனை செதுக்கிட்ட சிற்பி நீ..! அதில் மிளிர்ந்திட்ட சிலை நான்..!

-கௌசிகா திருமூர்த்தி

ஆண் தேவதை* ✍

உன் வியர்வை அனைத்தும் சிற்பியில் விழ்ந்து முத்தாகுமா

இல்லை மண்ணில் விழுந்து கதிரவனுக்கு இரையாகுமா?

நீ கடந்து வந்த வழி யாவும் உன் சந்ததிக்கு வழித்தடமாகுமா

இல்லை முட்கள் சூழ்ந்து வெறும் புதராகுமா?

நீ சேர்த்த பெயர்கள் அனைத்தும் பின்னாலும்
தொடர்ந்திடுமா இல்லை என்னாலே அழிந்திடுமா?

உன் பிற்காலத்தில் வசந்தகாலம்தான் நிலைத்திடுமா

இல்லை வறண்ட காலம்தான் மிஞ்சிடுமா? ,என்று எதையும்
அறியாது, அற்பணிப்பையே வாழ்க்கையாக வாழும்
உங்களை, என்னிடம் தனக்காக எதையும் எதிர்பாராத
தங்களை, கலங்கிடத்தான் விடுவேனோ அப்பா?

- ச. சுதிக் ஷா

தந்தையே !

நின் மகளாய் அழகிய உறவாய்

அன்பின் உருவாய்

உயிரின் உணர்வான

உங்களை வார்த்தைகளால்

வர்ணிக்க எண்ணிய நான் தோற்றுப்போனேன் !

உயிரின் உணர்வுகள் வார்த்தைகளால் விவரிக்க முடியாது ;

உணராத்தான் முடியும் என்று உணர்ந்தேன் !

-சபரிதா

அப்பா – மகள்

அன்பு " அப்பா, தன் மகள்களின் செல்லம் !

அன்பான உள்ளம்!

என் வாழ்வின் முக்கிய சின்னம்!

மற்றவரை திட்டாத உள்ளம்!!!

அப்பா, தன் மகள் அழுதால் துடித்துப் போவாய்!

ஆறுதல் கூறி மகிழ்ச்சி வர வைப்பாய்!

மகளை திட்டியவரை திட்டுவாய்!

அவளை அரவணைத்து மறக்க வைப்பாய் திட்டியதை!!!

அப்பா, நான் செய்த உணவை சாப்பிட்டு..

நாக்கூசாமல் கூறுவாய்.. சுவையாக உள்ளதென்று!..

தன் மகள் மகிழவேண்டும் என்பதற்காகவே!!!..

"தந்தையின் அன்பு "

தந்தையே, குடும்பத்தின் தலைவன்!

தன் மகளின் நாயகன்,பெண்ணுக்கு அணிகலன் அழகு!

உனக்கு அழகிய சிரிப்பு அழகு!

தந்தை, தாய் கூட ஒரு முறையாவது சொல்லிக்காட்டி
விடுவாள்.. பத்து மாதம் சுமந்த கதையினை !..

ஆனால் நீயோ வாழ்க்கை முழுவதும் என்னை சுமப்பாய்
சொல்லி காட்டாமல்!!!.

தந்தை, அனைத்து மகள்களின் முதல் காதலன்!

அனைத்து மகள்களின் உலகம் !

அதுதான் அந்த அழகிய உறவு - "

தந்தையின் உறவு " !!!!!..

சக்தி சுருதி ஜம்புகேஸ்வரன் –

தந்தை

தனக்கென்று வாழாமல் தன் பிள்ளைகளுக்காக வாழ்பவர்...

செய்ததை சொல்லிக் காட்ட தெரியாது குணம் படைத்தவர்...

பிள்ளைகளிடமிருந்து எதையும் எதிர்பார்க்க தெரியாதவர்...

உளுந்த மாவைப் போல் மென்மையான மனதை

உடையவர்... தனக்கென்று எதுவும் செலவு செய்ய

விரும்பாதவர்... பிள்ளைகளின் மகிழ்ச்சிக்காக எதையும்

துணிந்து செய்பவர்... அன்பை வெளிக்காட்ட தெரியாத

பேரன்பு உள்ளம் கொண்டவர்... தந்தை ஒருவரே!

- ச.சத்யாதேவி

*சுயநலமில்லா தந்தை**

அன்புடன் பகுத்தறிவையும்

அறிவுடன் ஒரு மனத்தெளிவையும்

அள்ளித்தரும் உள்ளம்.

கண்களின் முன் தந்தையாகவும்

கண்மூடும் நேரத்திற்குள் தாயாகவும்

கனிவாக அன்பைக் காட்டும் உள்ளம்.

குழந்தைகளின் முன்னேற்றத்திற்கு ஏணிப்படியாகவும்

ஏளனமாய் பேசுபவர்கள் முன் தன் குழந்தையை

உயர்வாகவும் காட்டும் உள்ளம்.

கற்பது அவரின் உழைப்பால் வளர்வது

அவரது சிறப்பால் என்பதை என்றும்

எடுத்துக் கூறாத உள்ளம்.

- சுஜனாஸ்ரீ ஜம்புகேஸ்வரன்

அப்பா

அழகியஅகல் விளக்கு

இல்லை என்றால்

இல்லம் ஒவ்வொன்றும்

இருளாகிப் போய்விடும்

இன்பம் மட்டுமே

இருந்த இதயத்தில்

துன்பம் ஆயிரம்

விருட்சமாய் வேர்விடும்

முதல் கனவு

முதல் இலட்சியம்

முகவரி தந்தவர் அப்பா..

மழையில்லா கொடிபோல்

மனம் வாடும் பொழுதெல்லாம்

அளவில்லா வானமாய்

அன்பு பாசம் கொண்டு

அரவணைக்கும் ஜீவன் அப்பா..

உலகம் முதல்உள்ளூர் வரையில்

படிப்பு முதல்

பல விசயம் கொண்டு நம்மை

பட்டை தீட்டுபவர் அப்பா...

கருவில் சுமந்த அன்னையும்

என்னையும் இருவிழியென எண்ணி

இறக்கும் நாள்வரை

இமை போல் காப்பவர் அப்பா..

பிள்ளைகள் மீது

பிரியம் கொண்டு

இறுதி மூச்சு இருக்கும் வரை

உள்ளம் மகிழ்ந்து உயிர் தேய

உழைக்கும் உயிர் அப்பா..

அளவிட முடியாத ஆயிரம் கோபுரம் அப்பா..

கடவுள் ஆணா ? பெண்ணா ?

அறிந்து கொள்ள

அகிலத்தில் படைக்கப்பட்ட

அதிசயம் - அப்பா

சு . கார்த்திகேயன்

என் மகிழ்வன்

தெய்வத்திற்கு ஈடானான்...

என் தாய்க்கு வரமானான்...

என் கல்விக்கு உயிரானான்...

என் மகிழ்வில் பாதியானான்...

என் இகழ்வில் ஒளியானான்...

என் சிந்தையில் மிச்சமானான்...

என் உயர்விற்கு பாதையானான்...

என் நிழலிற்கு அரண் ஆனான்...

என் புன்னகையில் சித்தரித்தவன்,

என் வாழ்விலும் சித்திரமானான்... சரித்திரத்தை படைத்து
என்னை உலகாளச் சொன்னான்...

அதற்கான செயலில் ஈடுபடச் சொன்னான்... ஈடுபட்டேன்
பிரபஞ்சத்தின் காதலியாக! இப்போது உங்கள் நாயகியாக! –

பிரபஞ்சத்தின் காதலி

"உவமையில்லா தந்தைக்கு"

சிந்திய வியர்வை சொல்லும்

தந்தையே உனது சரித்திரத்தை!

ஓயாது உழைக்க ஓடிய கால்கள்

இன்றும் ஓய்வின்றி தேய்கின்றது ஓடாய்!

உன்னை ரணமாக்கிய வலிகளுக்கெல்லாம்

என் சிரிப்பையே மருந்தாக்கி மலர்ந்தாய்!

கோபத்தை முகத்தில் காட்டி வலிகளை மனதில்

பூட்டி நீ சித்திரவதைப் பட்டாய் என்னை சிற்பமாக்க!

உன் விரல் பிடித்தபோது நீ உதறி நடந்த நிமிடத்தில்

மனமுடைந்து நினைத்தது ஏராளம்!

முட்டாள் மனதுக்கு தெரியவில்லை,

எனது பயணம் உனது அரையடி கைகளுக்குள்ளேயே

அடங்கி

அடைபட்டுவிடக்கூடாது என்பதை!

நிழலாய் பின் தொடர்ந்து வரவில்லை என்று ஏங்கியபோது

என்னுள்

நம்பிக்கையை விதைத்துதான் நகர்ந்து செல்கிறாய்

என்பதை நான் மறந்தது ஏனோ?

தன்னிகரில்லா என் தந்தையே தலை வணங்குகிறேன்

உனது ஒப்பில்லாத தியாகத்திற்காக...!

- செ. கீர்த்தனா

தந்தை ❣

உலகில் உள்ள அனைத்து புத்தகங்களையும்

படித்து புரிந்து கொள்ள முடியும்...!!

ஆனால்; எத்தனை முறை படித்தாலும்

புரிந்து கொள்ள முடியாத ஒரே புத்தகம்...?

தந்தை ❣ என்ற புத்தகம் மட்டுமே...!!!

தாயின் அன்பு எளிதாக புரிந்து கொள்ள முடியும் ஒவ்வொரு
மனிதனும்...!!

ஆனால்; தந்தையின் அன்பு அவரின்

மறைவிற்குப் பின்பு தான்

நம்மால் உணர முடியும்...!!!❣

ஆதலால்; தந்தை என்பவர் எப்பொழுதும்

ஒரு புரியாத புதிர் புத்தகமே...!!!❣❣

* -செ.பிரியதர்ஷினி

தந்தை

நிலவைக் காட்டி பாடிக்கதை சொன்னாள் என் அம்மா

நிலவில் மனிதன் கால்பதித்ததை சொன்னார் என் தந்தை..!

தீபத்தைப் போன்றவள் பெண், மங்களமானவள் என்றாள் அன்னை தீபஒளியைப் போல மேல்நோக்கிச் செல்லச் சொன்னார் தந்தை..! அடக்கமாய் பேசச் சொன்னாள் என் அம்மா பெண்ணாக, அவையில் முந்தியிருக்கச் சொல்லிக் கொடுத்தார் என் தந்தை..!

பெண்ணின் வாழ்க்கை இப்படித்தான் எனச் சொன்னாள் அம்மா, மனித வாழ்வின் தத்துவங்களைச் சொன்னார் என் தந்தை..!

உணர்வை கூறி அன்பைக் காட்ட தாய் இருந்தாலும்

கடிந்து பேசி உண்மையைக் காட்ட தந்தையால்தான் முடியும்..!

- செ.பிரியதர்ஷினி

மூத்த இளைஞன்

தன்னம்பிக்கைக்கும் உருவமாய்.. தைரியத்தின்
பிறப்பிடமாய்.

செயலுக்கும் வடிவமாய்..

கற்பிக்கும் புத்தகமாய்..

கண்களுக்கும் தெரிந்த கடவுளாய்..

தேடிக்_கிடைக்காத செல்வமாய்..

எழுதபடாத ஓர் வரலாறாய்..

அர்த்தமுள்ள ஓர் காவியமாய்..

கோபத்திலும் அன்பை சுமப்பவராய்..

தானத்திலும் தன்னை இழந்தவராய்..

தலைகன_மில்லாத தலைவன்..

தனக்கென வாழாத தகப்பன்..

முதுமையிலும் மூத்த இளைஞன்..

சேலம் த.கலையரசன்

<h3 align="center">அவன் என் தந்தை...!!</h3>

நான் உறங்க வேண்டும் என்பதற்காக

உறக்கத்தை தொலைத்தவன் நீ

நான் சுகத்தோடு வாழ... உன் சுயத்தை இழந்தவன் நீ

நான் நகைக்கவேண்டும்என்பதற்காக

நடுநிசியிலும் உழைத்தவன் நீ...

என் புன்னகைக்கு பின்னால்

ஒளிந்திருக்கும் பிரதிபிம்பம் நீ....

கடவுளை நேரில் கண்டதில்லை

கடவுளை நேரில் காண்கிறேன்

உன் உருவத்தில் நீ படும் துயரத்தில்.... எனது வாழ்வு சிறக்க

வாழ்க்கையை தொலைத்தவன் நீ...

தாலாட்டு பாட பல தாய்மார்கள்இருந்தபோதிலும்...

தோள் கொடுக்க உற்ற தோழன்

என்று நீ ஒருவன் இருக்கபோதுமே... சிறகாய் விண்ணில்
பறப்பேன் விரிந்த வானத்தின் எல்லையில் விடியலைக்
காண்பேன்...

-நவீன் வேலுசாமி

"அன்பிற்கினிய அப்பா"

அப்பா- னு கவிதை எழுத பேனா எடுத்தா... யப்பா-னு

வியக்குது!!கவிதை எங்க?? வருகுது.. உனக்கு எவ்வளவு

கஷ்டம் எனினும்.. சிங்கத்தைப் போல எதிர்த்து நிற்பாய்..

அதுவே,உன் பிள்ளைக்கு கஷ்டம் எனின்,புழுவைப் போல

துடிப்பாய்.. பந்தாவாக,நான் சுற்றிட அடித்த பந்தைப்

போல!நீ பறந்தாய்.. இதுவரையும்,எனக்காக

உழைப்பதையே...உனது நோக்கமாகக் கொண்டு

பம்பரமாகச் சுற்றித் திரிகிறாய்...

அந்தோ!!இத்தனை அன்பை நான் எங்கும் கண்டதில்லை!!

அப்பா..வாய்ப்புக்காக காத்திருக்கிறேன்..

இறைவா!!!நீ ஆணையிடு,தந்தை எந்தன் மகனாய் மாற!!

இருபது வருடம் தோளில்,சுமந்த

என் அன்புத் தகப்பனை உயிருள்ள நாள் வரையிலும்

சுமக்க!!!...

ந.வீரசுந்தரி

என் தாயுமனவருக்கு

தங்கள் சேய் எழுதிடும் வரிகள்.. வாழ்நாள் முழுவதும் என்னை
தங்கள் இதயத்தில் சுமந்திடும் அன்புக்கு இல்லை அளவுகோல்..

தங்கள் கைபிடித்து தங்களின் பாதையில் நடக்கும் பொழுது
முழுமையான பாதுகாப்பை உணர்தேன் அப்பா..

தான் பார்த்திடாத உலகை, நான் பார்க்க வேண்டுமென நின்
தோள்களில் சுமந்தீர்..

வழி இடறி சென்ற பொழுதிலும் தவறுகளால் கூனிக்குறுகி
இருந்த பொழுதிலும், சிறு தண்டனை தந்து

என்னை அணைத்து அரவணைத்து கொண்டீர் உம் மகளாக..

ஏழு பிறவிகள் இருப்பது உண்மை என்றால்...

தங்கள் மகளாக பிறந்தால் போதும் என் பிறவியின் பயனை
அடைதிடுவேன்.. என் உடமைகள் என்றும் புதிதாக
இருக்கின்றன

ஆனால் என்றும் உம்மிடம் மாறாத எல்லை இல்லாத அன்பும்

புன்முகம் காணாத சிரிப்பும் பழைய கந்தல் துணியுடன்

பழைய காலணிகளுடன் என்றும் காண்கிறேன் உம் கடின
உழைப்பில்....

-நித்யா சந்திர குமார்

என் தந்தை

என்னை பத்து மாதம் சுமந்து பெற்ற தாய் வியந்தாள் ,

என்னை தடுத்து நிறுத்தும் நங்கூரமாக இல்லாமல்

என்னை கொண்டு செல்லும் பாய்மரமாக இல்லாமல்

என்னை வழிகாட்டும் காதலை கண்டு,

என்னை சந்தித்த போது இருந்த மகிழ்ச்சி

பழகும் போது இருந்த அன்பு

பேசும் போது இருந்த பாசத்தை கண்டு

என் கண்ணீரை துடைத்த உன் உள்ளதை கண்டு

வானவீதியில் தினமும் காலை தொடங்கும் பயிற்சி

மறுபிறவியும் என் தந்தை நீயென தொடங்கும் வாழ்க்கை

பயிற்சி என்றும் உன்னுள் எங்கும் ஓர் இதயம் நான் .

-நிகிதா

என் நம்பிக்கையின் உருவம்

பெரிதாய் படிக்கவில்லை என் படிப்பின் வெற்றிகளைப்
பாராட்ட மறந்ததில்லை... ஆண் என்ற ஆதிக்கம்
சிறிதுமில்லை .. என் விருப்பத்திற்கு மறுபேச்சுமில்லை ..

பெண்ணாய் பிறந்தேன் என்று வருத்தம் கொண்டாய்..

தாயை விட மேலாய் உன் தாய் போல் என்னை
அரவணைத்தாய் .. பெண் பிள்ளையை ஏன் ஆடம்பரமாய்

படிக்க வைக்கிறாய் என்று ஊரார் கேட்க ..

திருமணத்திற்குப் பின்பும் உன் படிப்பை நிறுத்தி விடாதே

நான் உன்னைப் படிக்க வைக்கிறேன் என்ற சவுக்கடி
பதிலைத் தந்தாய்... என் கனவு கோட்டையைக் கட்டிட..

மழை ,வெயில் என்று பாராமல் நீ கட்டிட வேலை செய்கிறாய்
... கடவுள் என்னிடம் ஓர் வரம் கேட்டால்..

என் தந்தைக்கு முன் என்னை உன்னிடம் அழைத்துக் கொள்
என்பேன்.. நீயில்லா இந்நரகத்தில் எனக்கன்ன வேலை
என்று...

-பூமிகா பன்னீர் செல்வம்

என் உயிர்

அப்பா எனும் உணர்வுக்கு பிழையோடு சில வரிகள்...

ஆழமான காயமும், ஆறாத வலியும்

தன் சித்தம் கொண்டும் இமைகளில் ஈரமின்றி,

இதழில் நகை பூட்டியவர் ஈரைந்து மாதம் சுமக்காவிடினும்

ஈடில்லா அன்பு கொடுத்தவர் உழைப்பால்

உயர்ந்து உயர்த்தியவர் ஊரார் போற்றும் குணம்

கொடுத்தவர் என் கனவுக்கு தன் ஆசைகளை துறந்து

உரம் ஊட்டியவர் ஏட்டினைப் பார்த்ததில்லை

என் கல்விக்கு ஏணியானவர் ஐயமற்று வாழும் மனம்

கொடுத்து, ஒவ்வொரு நாளும் அனுபவமென்றுவளர்த்தவர்

ஓராயிரம் கவலைகள், ஆண் என்பதாலோ கண்ணீரை

மறைத்து கடந்தவர். உயர் மொழியில் உயிர் எழுத்துக்கள்

கொண்டு நீங்கள் படிக்கும் வரை பிழை கொண்ட

வார்த்தைகள்.

-ம.பிரியா மணி

அன்புத் தந்தைக்கு...

தியாகத்தின் பிறப்பிடம் நீ

திரையின் பின் விம்பம் நீ

ஓயாமல் உழைத்து எம்மை

ஓங்கி உயரச் செய்பவன் நீ

தாயாக இருந்து எம்மைத்

தாலாட்டி வளர்ப்பவன் நீ

அன்னை என்னைத் தன் கருவில்

அடைந்து விட்ட பொழுதினிலே

அன்பு மொழி பேசி நாளும்

அணைத்திடத் துடித்து நின்றாய்-நான்

வந்துதித்த வேளை தனில்

வரம்பில்லா உவகை கொண்டு

நெஞ்சுடனே சேர்த்தணைத்து

கொஞ்சியே மகிழ்ந்திட்டாய்

பிஞ்சு விரல் பிடித்தெனக்கு

பிழையின்றி நடை பழக்கி

கொஞ்சும் மொழி பேசச்சொல்லி

கெஞ்சியே கேட்டு நிற்பாய்

விஞ்சும் உந்தன் அன்பதனை -என்

விடியல்களில் காட்டி நின்றாய்

வளர் பருவம் எய்திடினும்-எனை

வளர்க்கின்றாய் குழந்தை என-நான்

களர் நிலமாய் ஆகாமல்-தினம்

காக்கின்றாய் கண்ணியமாய்

மலர் தூவி உம் பாதங்களை

மனத்தாலே பணிகின்றேன் தந்தையே...

மெ.அ.கிளைக்ஷன், ஈழம்

தந்தையின் தார்மீகம்

பாசத்தை பறைசாற்றத்தெரியாத பண்பாடுள்ள தந்தையே,

சாண்டில்யனெனும் சகாப்தத்தின் சாராம்சத்தையெனக்கு
சமர்ப்பித்தவரே,

பால்யப்பருவத்தில் இருளைப்பார்த்து நான் பதறியபோது,

பிற்கால பிரச்சனைகளை பக்குவமாக போதித்தவரே.

வானம் எனும் மேடையில், மின்னல் எனும் நர்த்தனங்கள்;

என் பெயர் கூறி நீங்கள் அழைக்கையில்,

ஆறுதல் எனும் பரிவர்த்தனைகள்.

ஆகாய அளவு ஆக்ரோஷத்தை அனுவளவே
வெளிக்காட்டுபவர்,

ஆசானாய் ஆழ்ந்தச் சிந்தனைகளை நித்தமும் நிலைநாட்டுபவர்;

அப்பாவின் அரவணைப்பு என்றுமே என் நினைவலையில்,

போற்றிடுவேன் உங்கள் புகழை என்காலம் உள்ள வரையில்.

-முனைவர் வெ.அனுராதா

ஈன்ற நண்பன்

சிறுவயதில் சேற்றில்

விளையாடிய போதும்

சேலை அணிந்து

வீதியில் நடந்தபோதும்

மாறாத அன்போடுமகளே என

மார்போடு அணைத்துக் கொள்வதெல்லாம்

அவனுக்கு மட்டுமே சாத்தியமானது!!!

கருவுக்கு உயிர் கொடுத்தால் அன்னை!!!

கனவிற்கு உருவம்

கொடுத்தான் தந்தை!!!

எந்த வகுப்பறையிலும் நான் கற்கா

ஆகச்சிறந்த பாடங்களை

அனுபவத்தின் வழியே எனக்கு கற்பித்தவன்!!!

தோல்வி வரும்போதெல்லாம் தோழமையோடு தோள்

கொடுக்கும் அவன் ஈடு இணையில்லா

ஈன்ற நண்பனே!!!

-யாமினி

இணையில்லா அன்பு

கோபுர கலசமாக நான்... உன் மீது...

கோவில் திருவிழாக்களில்...

அப்பா...

பயம் தரும் மீசையும்...கத்தரிக்கப்பட்டது...

என் கன்னத்தில் முத்தமிட...

அப்பா...

புத்தாடை நான் உடுத்த... கடனில் விழுந்தாயே...

அப்பா...

ஆசைகளை உதறி தள்ளி...

அன்பால் ஆறுதல் கண்டாயே...

அப்பா...

என் பள்ளி பயணம்...

உன் மிதிவண்டி நினைவுகளாக அப்பா...

உன் விரல் பற்றிய கைகள்... வீதி கடைகளை விலை
பேசியதே... அப்பா...

ரா.ராஜாராமன்

கவி ராஜா

உவமையில்லா தந்தைக்கு

எண்ணம் போல் வாழ்க்கை எனும் வாசகத்தின் வாத்தியாரே!

பொதுவாக மகள் என்றாலே தந்தைகளுக்கு மிகவும் பிடித்த

வார்த்தை; ஆனால், மகளின் ஆனந்தத்திறகாக தன்னுடைய

எண்ணங்களை எல்லாம் மறந்தும்,

மறைத்தும் வாழ்த்த என் ஒப்பற்ற உண்மை நேசத்தின் சிகரமே;

உன் பாத பூக்களின் மறுமுனையில் உன்னுடைய கனவுகளை

புதைத்து , எங்கே வாழ செல்கிறாய்?

உன் பிள்ளைகளுகாகவா! மாற்றிகொள்: உன்னில் உனக்காய்

வந்தவளுக்கு வாழ எப்போ தொடரும் உன் பயணம்;

போதும், உன் பிள்ளைகளுக்காக வாழ்ந்தது ;

எழு மீண்டும் உன் சந்தோஷி பயணத்திற்காக ;

என் ஆருயிர் " உவமையில்லா தந்தைக்கு "

இதுவும் உன் மகளின் ஓர் ஆசை ;

நிறைவேற்றுவாயாக; என் ஐயனே...🖤

- ரேவதி

அவன் ஒரு அற்புதம்

அப்பா, நீ அன்பாய் பேசியதில்லை, ஆராரிரோ பாடியதில்லை,

இன்னிசை இசைத்ததில்லை, இயல்பாய் பழகியதில்லை,

பாசமாய் பார்த்ததில்லை, பாராட்டவும் செய்ததில்லை, ஆனால்,

இதில் ஒன்றைக்கூட நீ இயல்பில் காட்ட மறக்கவில்லை..

உன் கட்டைக் கரங்கள் எனக்கு கடிகாரம் வாங்க
மறக்கவில்லை.. உன் வெடிப்பு பாதங்கள் எனக்கு

வெள்ளிக் கொலுசு போட மறக்கவில்லை.. நகம் கூட வெட்டத்
தெரியாத நீ எனக்கு நகை வாங்க மறக்கவில்லை..

எதைக் கேட்டும் இல்லை என்று சொன்னதில்லை. என்றும் நீ
எனை விட்டுக் கொடுத்ததில்லை...

கருவறை தான் உனக்கு இல்லை உன் கரத்திற்கு அது
ஈடில்லை.. கடவுள் என்ற கல்நெஞ்சனிற்கு

காது என்றொன்று இருந்தால்.. வரம் ஒன்று கேட்பேன்
அவனிடம் உனக்கு வயதே ஆகக்கூடாதென்று, பிறகு
என்னவாம்? உன் இருகரங்களுக்கு ஈடான இரும்பு கம்பிகள்
இங்கு உண்டோ? உன் தோள்களுக்கு நிகரான தூண்கள் தான்
இங்கு உண்டோ? எங்கு சென்று தீர்ப்பேன் இக்கடனை..

நீ சொல்.. நான் வருகிறேன் உன்னுடனே..

- ல.மௌனிகா

சிலையாய் செதுக்கிய தந்தைக்கு

உருவம் ஒன்றினை செதுக்கிட

உளியாய் மாறிய

சிற்ப கலைஞரே

உளியின் வலியை தாங்கி

உன்னுள் இருந்த கற்பனையை

முழுமை அடைய செய்ய

நீ செய்த தியாகம் உன்னுள் புதைக்கப்பட்ட ஆசையும்

என்னுள் அதை விதைக்கப்பட்டு உலகறிய செய்தாய் நான்

கேட்கும் முன் அதை அறிந்து

அதை கண்முன் தோன்ற செய்தாய்

நான் அறிந்த முதல் கடவுளே

நீ மறைந்தாலும் நான் உன்னை வழிபடுவேன்

-லெனின்

அப்பா

அப்பா என்றாலே இனிமை

அவர் சொன்ன வார்த்தைகள் என்றும் புதுமை

உப்பில்லா உணவை ருசிக்க முடியாது

தந்தையில்லாத வாழ்க்கையை ரசிக்க முடியாது

கிழிந்தபோன செருப்பை ஆணி போட்டு

வீதியில் நடந்தவர் கடுமையான வேலை செய்து கைகாய்ச்சி
போனாலும் தன்வலியை காட்டாமல் குடும்பத்தை காத்தவர்

அவர் இருக்கும்போது அவருடைய பெருமையை

நாம் உணர்வதுஇல்லை அதை நாம் தந்தையாகி
உணர்ந்தபோது அவர் நம்முடன் இருப்பதில்லை

இன்று அவருடன் வாழ்ந்த நினைவுகளுடன்

அவர் இல்லா வாழ்க்கை நிலவில்லா

வாணம்போல வாழ்கின்றேன் நடைபிணமாக...

வி புஷ்பராஜன்

அப்பா

உன் ஆசை நீ தவிர்த்து என் ஆசையில் நீ வாழ

உன் வலிகள் நீ மறக்க என் சிரிப்பில் நீ மகிழ்ந்தாய்

என் மகிழ்வை நீ காண உன் அழுகை நீ மறைத்தாய்

விழுந்தே நான் கிடந்திருக்க நீ இருந்தாய் கைப் பிடிக்க

பிடித்தக் கை உதராமல் என்றும் நான் உடன் இருக்க

என் இஷ்டம் நீ தீர்க்க உன் மானம் பரி கொடுத்தாய்

எந்நாளும் உன் கண்ணீர் நான் காண வாய்ப்பில்லை

உன் வலி நான் அறிவேன் ஆனாலும் நீ காட்டியதில்லை

என் முதல் காதல் .. யாரென்றால் உன்னையே நான்

சொல்வேன் நீ கலங்கி என்றும் கண்டதில்லை... நீ... நான்

கலங்க வைத்ததில்லை

ஆசை இனிமேல் படமாட்டேன்என் ஆசை முழுதும் நீதானே

என்னுடனே நீ வேண்டும்என் மூச்சு முழுதும் அடங்கும் வரை...!

வெ. க. மிருதுளா

அன்புள்ள அப்பாவிற்கு .!

அறிவூட்டிய ஆசானே...!

என்னை உருவாக்க பாடுபட்டாயே...

உன் துயரம் காட்டாமல் சிரித்தாயே...

இரவும் பகலும் எமக்காக உழைத்தாயே...

நித்தமும் ஓய்வின்றி ஓடினாயே...

சூரியன் உதிக்க மறந்தாலும்- நீங்கள் உழைக்க
மறந்ததில்லை...!

அனைத்து துயரமும் எமக்காக பட்டீர்கள்...!

அடுத்த பிறவியென ஒன்றிருந்தால், நான் உங்கள் தந்தையாய்
மாறி-உங்களை என் நெஞ்சில் தூங்க வைத்து,

உச்சியில் முத்தமிட வேண்டும்...!

அப்படியேனும், உங்கள் மீது நான் கொண்ட அன்பைப் பறை
சாற்றிட வேண்டும்...!

- வெண்பா (தி.தாமரைச் செல்வி)

உவமையில்லா தந்தைக்கு

தந்தை ஒரு புனிதமான வார்த்தை ஏனெனில்,

தாய் கருவில் பத்து மாதம் தான் சுமப்பாள்

ஆனால் தந்தை ஆயுள் முழுதும் சுமப்பார், இவ்வுலகில் தந்தை –

மகள் பாசத்திற்கு ஈடுஇணை இல்லை

தன் மகளை தந்தையை தவிர வேறு யாராலும் நேசிக்க

முடியாது..

தன் பசியை பொருட்படுத்தாமல் குடும்பத்திற்காகப்

பாடுபடுவார் தான் படிக்காவிட்டாலும் தன் பிள்ளைகள் படிக்க

வேண்டும் என்று விரும்புவார்

இவ்வுலகில் தந்தையை தவிர மாமனிதர் எவருமில்லை……

- வே.ஷர்மி ஸ்ரீ

எங்கே சென்றாய் அப்பா..?

அப்பா!

நீ வாங்கும் முல்லை – இன்று நூலுடன் சேர மறுக்கிறது...

ஊர்சுற்றிய வண்டி தூசியடைந்தே நிற்கிறது...

தேடிய கிரீஸ் தொற்றிய சட்டை சுவற்றில் தொங்கியே

இருக்கிறது... வீடு நிறைந்த உன் புன்னகைப்படம்...

மனம் நிறைந்த "தங்கம் சிரி"என்ற ஏக்கக் குரலை

காதில் எதிரொலிக்கிறது! பஞ்சம் உன் பாக்கட்டை

வருடினாலும்... பட்டனி என் வாய் தீண்டாமல் பாடுபட்டாய்!

பார்த்ததை எல்லாம் கேட்ட நான்

பார்க்கத் தவறினேன் உன் பாதித்த உடலை!

உன் பெயர் முன் வரும் லேட்

என்னைச் சோகத்தில் தள்ளினாலும்...

என் பெயர் பின் வரும் உன் பெயர்

இவ்வுலகம் சத்தம் போட்டுச் சொல்ல என்னைத்

தேற்றுகிறது..!! இதை காணும் முன்னே

எங்கே சென்றாய் அப்பா.?!(With remembrance of Vadivel
Veerasamy)

- ஹேமா செ ஈரோடு

எந்தையின் அன்பு

தந்தை என அவன் தாலாட்ட

தாயும் அவனே சேய்க்கு

தவறுகள் சேய் செய்திட

தடமாய் தந்தை வருவாரே

சுவையாய் மகன் தின்றிட

சுவையாய் அதை ரசிப்பாரே

சுட்டியாய் அவன் திட்டிட

சுகமாய் அவர் மீண்டும் கேட்பாரே

சோகங்கள் சூழ்ந்த நிலையிலும்

சொன்னதை செய்து கொடுப்பாரே

அப்பா என்னும் சொல்லுக்கு பொருள் தெரியவில்லை

ஒருவேளை அவர்தாம் கடவுளோ.

- பூ◌ரீதர்.ரா

அன்புள்ள அப்பாவுக்கு

வழிகளில் நீங்கள் சுமந்த பாரம்

வலியை காட்டாத உங்கள் வீரம்

ஆனாலும் என் விழிகளில் ஈரம்

அன்பை காட்ட இல்லை

உமக்கு நேரம்

நம் வாழ்வின் பாதை

அது தூரம்

கடல் நீரும் ஒருநாள்

கரையை மீறும்

அதுவரை சேர்ந்தே செல்வோம்

பாசப் பாதையின் ஒரு ஓரம்

அது கொண்டு செல்லும் தூரம்

- Abinaya S

தன்னலமில்லா தந்தை

பிஞ்சு விரல் பிடித்து நஞ்சு நிகர் அற்றாய்

தான் கானா உலகை மகன் காண ஆசையிட்டாய்

சுமைகளை சுகமென சுமந்து வியர்வை தேகமோ மறுத்தாய்

ஏக்கம் சில இருந்தும் தூக்கம் பல தொலைத்தாய்

கரம் பிடித்து நடை நடந்து நான் கடக்க விடை தந்தாய்

தன்னலம் கருதாத தயவாலனே சுயநலம் அற்ற உறவானாய்

தமிழ் போல் எங்கும் இதம் ஆகினாய் தலைக்கனம் இல்லா என்

தலைவன் ஆனாய் உனது விரலே எனது வழிகாட்டி

உனக்கு ஆவேன் நானே தேரோட்டி

-Abinesh

61

அப்பாவின் அன்பு

குறையாத அன்பு

காட்டிக்கொள்ளாத பாசம்

பொறுமையான கண்டிப்பு

அனுபவமிக்க ஆசிரியர்

கனிவான கோபபேச்சு

வலிகளை மறைக்க போடும்

வேசமான புன்சிரிப்பு

இப்படி எளிமையாக தெரிபவரே" தந்தை"

இருக்கும் போது அருமை தெரியாது

அன்பும் போலியாகத் தான் தெரியும்

இல்லாதவரிடம் கேளுங்கள்

அன்பு அளப்பரியது என புரியும்.

@anu

தன்னிகரில்லா தந்தை

தன்னிகரில்லா தந்தையே.. தாயின் அன்பை வென்ற வீரனே..

திகைக்க வைத்த உன் அன்போ, தீராத வானகம் போன்றது..

துன்பம் எனும் சமுத்திரத்தில் ,எம்மை

தூக்கி சென்று கடந்த தலைவனே ..

தெவிட்டாத தெள்ளமுதே,தேனினிக்கும் மணிசுடரே...

தைப்போல வழிகாட்டிய வள்ளலே..

தொட்டிலில் பிறந்தது முதல், கல்லறை

தோட்டத்தில் மடியும் வரைஉன் அன்பு ஒன்று போதும்..

உன் கோபத்தை நொடியில்

உணர முடிந்த என்னால்..

அதனுள் உள்ள பாசத்தை உணர

ஒரு யுகம் ஆனது ஏனோ....

ASHWIN (கவிக்கோ ASH)

மகள்களின் மகாகாவலன்

உங்களுக்கு மகள் பிறந்திருக்கிறாள்-செவிலியரின்

சொல்லைக் கேட்டு சொல்வதறியாது நின்றார்

அவள் 'அப்பா' என்றழைத்தபோது-ஆசைப்பட்டே

ஆனந்த கடலில் மூழ்கிப் போனார்

அவள் எழுந்து நின்று நடந்தபோது-எல்லாமே

கையில் கிடைத்தாற்போல் பேருவகைக் கொண்டார்

காலை உணவை சாப்பிடக்கூட நேரமில்லாதவருக்கு-அவளின்

அர்த்தமற்ற பேச்சைக் கேட்க அதிக நேரமிருந்தது

இன்னொருவன் கையில் அவளை ஒப்படைத்துபோது

அவரின் கனத்த இதயமும் கலங்கிப் போனது

மீண்டும் எப்பொழுது வருவாள் என் மகள் ?

என்ற வாஞ்சையோடு வாசலைப் பார்த்துக்கொண்டிருந்தார்

மகளைப் பெற்ற அப்பா!

Asma Rilwana.s

உவமையில்லா தந்தைக்கு

பத்துமாதம் இருட்டில் இருந்தவளை காக்க

பலவருடம் இருட்டில் ஆழ்த்தினாய்உன் வாழ்க்கையை

பணம்சேர்த்து பலவண்ணம் தீட்டினாய் என்வாழ்வில்

பலன்வேண்ட மறுத்துபசியுற்று நின்றாய் நீரே

பாசமும் பாசங்கும் நிறைந்த இவ்வுலகில்

பண்போடு பிறர்மனதில் பாதம்பதிக்க செய்தாய்

பற்றோடு உன்கையை பற்றும் தருணத்தில்

பலவருட அனுபவத்தை பரிசாக வழங்கினாய்

பலவரங்கள் வேண்டிநின்ற எனக்கு

பலதெய்வம் பிணைத்து கிடைத்த வரமே என்தந்தை !

-நா.அஸ்மிதா

தந்தை அன்பு

வாழ்வு என்பதோ அற்புத கலை

தந்தை அன்பிற்கு ஏது விலை

வாழ்வின் முதல் ஆசான் அவர் அன்றோ

அவரின்றி நான் வெறும் மண் அன்றோ

என்னை சிரிக்க வைத்து அழகு பார்ப்பாரே

எனக்கு கவசமாய் நின்று காப்பாரே

சிரிய குழந்தை போல நடிப்பாரே

கேட்டதனைத்தும் வாங்கி கொடுப்பாரே

என்னை பெற்றெடுத்து என் அன்னை

என் எதிர்காலத்தை பெற்றுதருவாரே என்தந்தை

என்னை சிறப்புடன் வளர்த்த தந்தையே

உன்னை சிரம் தாழ்த்தி வணங்குகின்றேன்.

பாரதிப்பிரியன்.த

யாவும் அறிந்து, யாதும் அற்றவளாய்

தந்தையோ மருத்துவமனையில்....

தாயோ கோவில் கருவறையில்.....

தங்கையோ பசியில்.....

தம்பியோ மழலையாக வீட்டில்....

உயிராக நேசித்தாலும், உயிரைக் காக்க முடியாமல்....

நானோ வீதியில்....

யாவும் அறிந்தும் யாதும் அற்ற வளாக.....

தந்தையின் செல்ல மகள் என்பதாலா??....

அல்ல...!!!

மகள் என்ற ஒற்றைக் காரணத்தாலா....??

Divya. D

காதல் உலகம்

மகள்களின் இரண்டாம்

தாய் !!!

அழகிய தோழன்,முதல் காதலன்!!!

முடிசூடா அரசன்!!!

அளவில்லா காதலின் அட்ஷாயபொக்கிஷம்!!!

அன்புள்ள ஆசான்!!!

வாழ்வின் முழுமுதல்வாழ்க்காட்டி !!!

புன்னகையின் பாதுகாவலன்!

பகைகளின் போராளி! தூய்மையான அன்பின் புனிதன்!

வலிகளை நொடிபொழுதில் மறையச்செய்யும்

மகத்தான மருத்துவன்! தன் குழந்தைகளை தன் இதயத்தில்
இளவரசியாய் முடிச்சுட்டும் அன்பின் அரசன்!!! மகள்களின்
அழிவில்லா காதல் என்னும் உலகில்....

கு. ஈஸ்வரி

எனக்கான தந்தை

உனக்காக துடித்ததில்லை உன்இதயம்.

உனக்காக ஓடியதில்லை உன்கால்கள்

உனக்காக உழைத்ததில்லை உன் கைகள்

உன் கைகள் பிடித்து நடந்து பழகிய நாட்கள்

உன் மார்பை கட்டி

அணைத்துக் தூங்கிய இரவுகள்

எனது சிறு வெற்றியிலும்

நீ கண்ட இன்பம்எனது மகள் என்று

நீ மற்றவரிடம் பெருமையடித்த தினம்

எனது சிறு முக சுழிவை கூட விரும்பாத நீ

என்றும் உனது மகளாகவே பிறக்க வேண்டும்

என்றஆசையில் நான்..

-பிர்தோஸ் பாத்திமா

உன் நினைவில்

விழமூடா நினைவுகள்

உன்னை வேதத்தின்

பக்கத்தில் அழியாத

உணர்ச்சியின் சாட்சிகளை நீ!!!

உன் பாச அரவணைப்பில்

மிதந்து கிடைக்க ஆசை,

நெஞ்சிலும் தோளிலும்

சுமந்தாய் !!!

ஆனால், என்னை விட்டு சென்று விட்டாய்

என்பதை அறியாமல்

கண்கள் கலங்குடி

உதிரம் சிந்துதடி இன்றும் வருவாய் என்று உன் நினைவில்...

-E. Gayathri

முதல் காதல்

தாய்ப்பால் பருகும் வயதில் என்னை, உன் மார்போடு தழுவிக் கொண்டாய்

தவழும் வயதில் என்னோடு சேர்ந்து

நீயும் நடை பழகினாய்

தேவதையிவள் துயில் கொள்ள தேவதைக் கதைகள் பல உரைத்தாய்

தாவணி அணியும் வயதில் ஏனோ ! நம் பிரிவுக்கு ஒத்திகை பார்த்துக் கொண்டாய்

தலைவனோடு கைக்கோர்க்கும் அந்நிமிடம் கண்ணீரோடு என்னை கரையேற்றினாய்

நான் நேசித்த முதல் ஆணும் என்னை நேசித்த முதல் ஆணும் நீயே அப்பா !!!

-Geetharaj

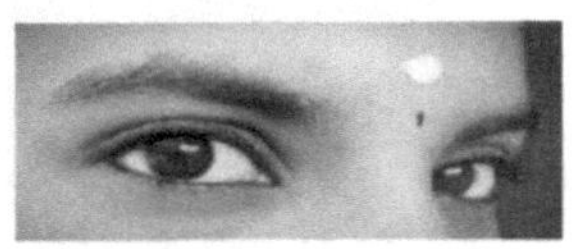

"தந்தை மகளின் காவியம்"

உன் விந்தணுவிலிருந்து

பிரிந்துதாயின் கருவறையினுள் பத்து மாதம்...

உன் நெஞ்சினிள் ஆயுள் உள்ளவரை...

உன்னை பற்றி சொல்ல

வார்த்தை இல்லை என்னிடத்தில்...மார்பில் தாலாட்டிய

நாள் முதல்இன்று வரை மாறாத பாசம்உன்னிடத்தில்....

பல காயங்களை தாங்கிய உனக்கு என் ஒரு

சொட்டு கண்ணீரை தாங்கமுடியல...

உன் பாசத்துக்கு முன்னால் நான் ஒன்றுமில்ல...

இனம்புரியாத உணர்வு இது...

விட்டுப்பிரியா பந்தம் இது...

காரணமில்லா ஓவியம்... தந்தை மகளின் காவியம்...😋🤍

-கன்னுக்குட்டி கெளசி

அப்பா

பத்து மாதம் தான் தாய் அவள் அன்பில்

மீத நாட்களோ தந்தையின் அரவணைப்பில்

விரல் பிடித்து நடக்க வைத்தாய்

தோள் மீது தூக்கி உலகம் காட்டினாய்

உன் கண்டிப்பான பேச்சிலும் -

கள்ளம்கபடமற்ற அன்பு இருக்கும்

சோர்வின்றி உழைத்திடுவாய்

சோகங்கள் தனை மறைத்திடுவாய்

உன் கனவுகளை தொலைத்து

என் தேவையை நிறைவேற்றினாய்

மறுஜென்மம் என்று இருந்தால் பிறக்க வேண்டும் மீண்டும் -

மகளாக அல்ல…. இந்த தந்தைக்கு தாயாக…

- ஞா.ஹரிணி

அன்பு மகளின் அப்பாவை பற்றி

பத்து மாதம் தன் மனைவி சுமந்த கருவை வெளி உலகிற்கு அறிமுகபடுத்த காலம் வந்துவிட்டது. மனைவி வலியால் அழுது துடிக்கிறாள் கணவனோ மருத்துவரை அழைக்க சுற்றி திரிந்தான் ஒருவழியாக மருத்துவர் வந்ததும் பிரசவ அறைக்குள் சென்றனர்....

வெகு நேரம் கழித்து தன் குழந்தையின் அழுகுரல் கேட்க பதட்டத்துடன் காத்து கொண்டு இருந்தான் செவிலியர் கையில் குழந்தையோடு வந்து தங்களுக்கு பெண் குழந்தை பிறந்துள்ளது என்றவுடன் முகத்தில் ஒரு புன்னகை வெளிச்சம்....

நாட்கள் சென்றன குழந்தை நடக்க ஆரம்பித்து தன் கை பிடித்து நடக்க வைத்தவர் 🤍

🐵சிறிது வளர்ந்த பின்பு சாப்பாடு உண்பதற்காக தன் முதுகில் என்னை சுமந்தவன் 👶 ⛩️கோவிலில் உள்ள தெய்வம் தெரியவேண்டும் என்பதற்காக என்னை தலைக்கு மேல் தூக்கி உலகத்தை காமித்தவன்....

என் வளர்ச்சியை பார்க்க வேண்டி தனது வளர்ச்சியை குறைத்து கொண்டவன் ...

எனக்கு பிடித்ததை தனக்கு பிடித்தவையாக மாற்றி கொண்டவன் ....

நல்லது கெட்டது நல்லவர் கெட்டவர் புரிய வைத்தவன் ...

எனக்காக தனது ஆசையை நிராகரித்து என் ஆசைக்காக வாழ்ந்தவன்...

மகளுக்கு- தந்தையாய்

நட்புக்கு - தோழியாய்

உறவிற்கு - உறவாய்

பாதுகாப்பிற்கு - காவலனாய்

இருந்து வள்ர்தவன்.... தான் இருக்கும் முதலாளி என்ற ஸ்தானத்தில் அமர வைத்து அழகு பார்த்தவன்....

👶இவை அனைத்தும் நடக்க ஊர் மக்கள் ஆயிரம் பேச சொந்த பந்தம் ஆயிரம் பேச 🧕

எனக்காக தன்னை மாற்றிக்கொண்டு தன் தேவையை மறந்து தன் மகளின் தேவைக்காக வாழும் பெண்களுக்கு தந்தை என்பவன் ஒரு வரமே .....🖤

-ஹருண் முருகேசன்

தந்தையெனும் தலைவனின் பிரிவு!

அம்மாவும்,வகுப்பாசிரியரும் இவரை ஆயுதமாக்கி

அந்நியமாக்கினர், வளரும் பருவத்தில் நாம் செய்த தவறை

கண்டித்ததால் நாமே அவரை அந்நியமாக்கினோம்,

சுயமாய் சம்பாதிக்கையில் அவரின் கஷ்டம்

தெரிய ஆரம்பித்ததும் சற்றே நெருங்கினோம்,

திருமண பந்தம் அவரிடமிருந்து கொஞ்சம்

நம்மைப்பிரித்ததும் இன்னும் நெருங்கினோம்,

ஏனோ நாம் உணர்ந்து நெருங்குகையில்

இயற்கை அவரை அந்நியமாக்கிவிட்டது

ஆகையால் தந்தையெனும் புதையலை

கையில் வைத்திருப்பவர்களே ! அது மாயமாய் மறையுமுன்

வைத்திருங்கள் பொக்கிஷமாய் (நெருக்கமாய்).......

Hemalatha.C

அன்புள்ள அப்பா

எந்தை நீயே உவமையில்லா உயிராம்

என்றும் குறையா அன்பின் ஊற்றாம்

சிந்தையில் நிலைத்த இன்பம் நீயாம்

சீரிய பண்பின் எல்லையும் நீயாம்

மந்தையில் திரிந்த மடுகளல்ல

மானிட வாழ்க்கை என்றே சொல்வாய்

வெந்ததை தின்று விதி வந்தால் சாக

வெற்றுப் பிள்ளைகள் பெறவில்லை என்பாய்

முத்தைய பிறவியில் எனைஉன் தாய்என்றாய்

முழு சிறகாய் மூடி எமையே காத்தாய்

மைந்தரை பெறுதல் வரமே என்பாய்

மனம் வாடா நிலையில் எமையே வளர்த்தாய்

சந்திர சூரியன் உனக்கு பின் தான்

வந்தனை செய்ய விழைவேன் நானாய்

பந்தய தளம் எது நான் புகினும்

பாயும் பலமே உன்மொழி தான் என்றேன்

மு. ஹேமமாலினி முருகேசன்.

உவமையில்லா தந்தைக்கு...

வானுயர்ந்தாலும் விளையாட்டு பொம்மையாகிறாய்

என் கைகளுக்குள் !

புரிந்து கொள்ள முடியாத புதிர் நீ !

என் சிரிப்பின் பின்னால்

உன் அழுகை ஒளிந்திருந்ததை

நான் உணர்ந்ததில்லை நீ இருக்கும் வரை !

உன் உதிரத்திலிருந்து பிறந்ததனாலே

நீ உதிரம் சிந்தியே பாடுபடுகிறாய்

எனக்காக மட்டுமே ! அதிகாரம் செலுத்தாது

மகளதிகாரம் உருவாக்கிய உவமையில்லா தந்தைக்கு

இக்கவிதை சமர்ப்பணம் !..

-JANANI.K

வாழாமல் வாழ்ந்தான்

ரசித்தே மகிழ்ந்தான்

தன் உயிரில் வந்த உறவை

மண் காத்திடும் விதையாய்

வளர்த்திட்டான் தன் மகளை

செடி வளர உரமாய்

மகள் வளர அற்பணித்தான் தன்னையே

தன் நகலை பெண்ணுறுவில்

கண்டே பெருமை கொண்டான்

தனக்கென்று வாழாமல் வாழ்ந்தான்

தன் மக்களின் மனதிலே

-Jeya Lakshmi Ragothaman

என்ன தருவது..?

குடும்ப தலைவன் என்ற பெயரில்

குரல் ஒன்றும் உயர்த்தாமல்

எங்களுக்கு குறை ஒன்றும் வைக்காமல் பணம் என்று ஒன்று

அவ்வளவு இல்லை என்றாலும்

எங்களுக்கு பிடிக்கும் என்று

மல்கோவாவும், பால்கோவாவும்

மனமாற வாங்கி தருபவனே

தன் நலம் பார்க்காமல்

எங்கள் நல்லத்தை பற்றி நினைப்பவனே ஆகையால்,
கொவ்றவிக்க மாபெரும் விருதை தருவதா....?

இல்லை சாகாவரம் தருவதா....?

தனக்காக வாழாதவர்

கூலி வேலையும் தந்தையாகிய நீயோ

செய்ய சலிப்பின்றி கேட்டதை வாங்கித் தருவாயே

உனக்கு அசதியாக இருக்கும் நேரத்தில் கூட

எங்களுக்காக வேலை செய்து

எங்களை வசதியாக பார்த்து கொள்பவனே

ஆகையால் எனக்கு ஒரு ஆசை நீ காரணம்

ஏதுமின்றி எங்களுக்காக உழைத்து

உழைத்து சம்பாதிக்கும் உனக்காக நீ

செய்ததை வட்டியும் முதலுமாய் நீ போதும்

போதும் என்று சொன்னாலும்

நொடி விடாமல் பார்த்துக் கொள்ள வேண்டும்

Kameshwaran.K

அப்பா

கோடி வார்த்தைகள் தேடிப் பார்த்தேன்-தமிழில்

நாடி முதற்கொண்டு நீயே நிறைந்திருப்பதால்.....

அப்பா என்ற சொல்லைத் தவிர

உன்னை வேறேந்த சொல்லாலும்

வர்ணிக்கவும் இயலவில்லை......

விவரிக்கவும் முடியயவில்லை......

கோயிலும் தேவையில்லை தெய்வமும் தேவையில்லை

தேனாகக் கொஞ்சத் தந்தை இருக்கையில்........

பொன்பொருளும் தேவையில்லை

பொக்கிஷமும் தேவையில்லை

போராடக் கற்றுத்தரத் தந்தை இருக்கையில்.....

சொல்ல முடியா கவிதை நீ....

சொல்லில் அடங்கா உறவும் நீ....

Kanimozhi Ponnusamy

😍கண்ணுக்குள்ளே உன்னை

வைத்தேன் கண்ணப்பா..

உன்னை "அப்பா" என்று

அழைக்கும் ஆயுள் போதும்பா..

🥰நான்தானே உன் சந்தோசம்..

நெஞ்சோடு வீசும் பூவாசம்..

💮உலகிற்கே உன்னைப்பற்றி சொல்லவா..

உயிரெழுத்தில் உயிரைவெச்சி சொல்லவா..

💮அச்சம் தவிர்த்தஅர்ஜுனனும் நீதானே..

ஆனந்தம் அள்ளித்தந்தஆண்டவனும் நீதானே..

💮ஆழிப்பேரலையில் ஆற்றுக்கரையோரம்

அள்ளிவந்தவனும் நீதானே..

ஆசைப்பட்ட அனைத்தையும்

வாங்கித்தந்ததும் நீதானே..

😍இமைகளை இசைக்காமல்

இரவுகள் காத்திருந்து

என்னை உறங்க வைத்ததும் நீதானே..

💗"ஈ" ஓட்டி ஈச்சம்பழம்

சாப்பிட வைத்து

இரும்புச் சத்து தந்தவனும் நீதானே..

💗உலகம் அறியவைத்ததும் நீதான்..

உண்மைகள் பேச

சொல்லித்தந்தவனும் நீதானே..

💗உயர்வுக்கு வழிவகுத்தவனும் நீதானே..

ஊட்டி வளர்த்தவரும்நீதானே..

💐ஊஞ்சலில் ஆட்டுவித்ததும்நீதானே..

"ஊட்டி"க்கு அழைத்துச்சென்றதும் நீதானே..

😍எள்ளுருண்டை பிடித்துக்கொடுத்ததும் நீதானே..

எதிரியை எதிர்க்கச்சொல்லிக்கொடுத்ததும் நீதானே..

🌻எல்லைகள் வகுத்துக்கொடுத்ததும் நீதானே..

ஏழ்மை மறைத்தவரும்நீதானே..

🌼ஏட்டுப்படிப்பு சொல்லிக்கொடுத்ததும் நீதானே..

ஏளனத்தை உதைக்கவைத்ததும் நீதானே..

ஐந்துவிரல் அடைக்கலமும்நீதானே..

ஜயம்தனை போக்கியவரும்நீதானே..

ஐந்துவயது துணையவரும்நீதானே..

ஒழுக்கத்தை ஓதியவரும்நீதானே..

ஒன்றுபட்டால் உண்டுவாழ்வு

சொல்லியதும் நீதானே..

ஒருவாக்கு அரிச்சந்திரனும்நீதானே..

ஓசை என்னும் ஒய்யாரமும் நீதானே..

ஓடாத தைரியவனும்நீதானே..

ஓங்காத கையவனும்நீதானே..

ஔவையைப் போல

அறிவுரை சொல்பவரும் நீதானே..

"ஃ" என்னும் கேடயமும் நீதானே..

அப்பா,உன்பிரிவில் வாடும்

உயிருக்கு உயிரானஉன் மகன்..

-ம.சு.கார்த்திக்

ஏக்கம்!

செல்லப் பெயர் வைத்து அன்பாய் அழைத்து சோகமாக

இருக்கும்போது ஆறுதல் சொல்லி மனதை தேற்ற

அப்பாயென்ற ஸ்தானத்தில்

நீயோ இருந்தால்

காயம் கூட என்னை விட்டு பயந்து ஓடுமே ஆகையால்,

நீ என்னை மறந்து போகாமல்

நான் செய்த சிறு குறு தப்பை மன்னித்து என்னை உந்தன்

அன்பு மகளாக என்றும் என்னுடன் இருப்பாயாக..?

Kavi kutty.S.R

அப்பா :

நம்மை சுமக்க கருவறை இல்லை என்று வருந்தியவன்

இல்லை.. இருந்தாலும் தன் மார்பறையில்

சுமக்காமல் இருந்ததும் இல்லை..

தெண்டசோறு என்று திட்டினாலும்

அச்சோற்றையும் போடாமல் விட்டதில்லை...

அப்பாவின் பாசங்கள் எல்லாம்

தியாகங்களாய் கடந்து போகின்றனர்

அதை நாம் அறியும் முன்பே

அவர்கள் மறைந்து போகின்றனர்...

அப்பா

தான் காணா உலகை,

மகன் காண ஆசையிட்டாய்..!!

சுமைகள் சுகமென சுமந்து,

வியர்வை தேகமோ மறுத்தாய்..!!

ஏக்கம் சில இருந்தும்,

தூக்கம் பல தொலைத்தாய்..!!

கரம் பிடித்து நடைநடந்து,

நான் கடக்க விடைதந்தாய்..!!

அப்பனுக்கு தப்பாத பிள்ளை என்று

பாட்டி திட்டும் போதெல்லாம்

அப்பாவின் கண் முன்னே

வந்து செல்கிறது..

மனதால் குறும்படம் எடுக்கப்பட்ட

குறும்புத்தன நினைவுகள்...

- kavinkumar

உவமையில்லா தந்தைக்கு!...*

என் உலகம் நீர் இல்லையெனினும்

நின் உலகம் நான் ஆனேன்...

நின் உழைப்பை அழித்தும்

என்மேல் இல்லை கோபம்...

என் வாழ்வின் இருளில்

நின் வந்தாய் நிலவாய் துணையாய்...

அடிக்கும் வெய்யோனின் வெப்பம்போல்

நின் கோபம் ஆழ்த்தும் பயத்தினை என்னுள்...

அச்சூடும் எனை காக்கும் காவலாய் !!!

உனது விழி வலியால் நனைந்தால்

மனதை நொருக்கிவிடும் அது துண்டாய்...

உனது சிரிப்பில் சிதைந்து போகவே

ஏங்கும் என் மனம் நித்தமும்!!

என் தந்தையாய் நீர் இருக்க...

வேறு என்ன வரம்

என் வாழ்வில் சேர?!!!

- கவிசங்கரி.சா. பி.

மகனின் வரிகள்

முதல் முதலாய் கவிதை ஒன்று எழுத நினைத்தேன்

உங்களுக்காக வார்த்தைகள் தேடி அலைந்தேன் பேதனை
போல்.....

சொற்கள் தான் உங்கள் நினைவில் மறைந்தது சோகம் தான்

கண்ணை மறைத்தது... பின்புதான் தெரிந்து கொண்டேன்

உங்களை விட அழகிய கவிதை இல்லை என்று ...

தொட்டு தூக்கிய உங்கள் கரங்களை மறக்கவில்லை....

உங்கள் விரல் பிடித்து நடந்த நாட்கள் இன்னும் எங்கள்

நெஞ்சிலே வாழும்போது நீங்கள் பிரிந்ததை

நம்பமுடியவில்லை...

வலியோடு வழியில்லாமல் உங்களை அனுப்பிவைத்தோம்....

இங்கு உங்கள் வலியோடு நான் வழித்தேடி அழைக்கின்றேன்..

உங்கள் நினைவு நிழலில் என் வாழ்வு

கவிதைகளும் காவியங்களும் போற்றி பேசும்.... உன்னதமாய்

தாயின் அன்பு தாயிற்கு இணையாய் அன்பினை பொழியும்

தந்தையர் மட்டும் மறைக்கப்படுகின்றனர்

அஸ்திவாரங்களாய்.... இதை எழுதுவது நான் அல்ல உங்கள்

உதிரம் .. உங்கள் நினைவில் எழுதும் உங்கள் மகனின் வரிகள்

-P. மதன்

தந்தை- ஓர் உளவு களஞ்சியம்

உள்ளம் உருகலாம் தந்தை உருகார்- பெற்றோரை

பவனிவந்த பிள்ளையாருக்குத் துணை அவன் தந்தை

தாயிற்குப் பிரசவக் காலம் ஒன்பது மாதம்

தந்தைக்குப் பிரசவக் காலம் வாழ்நாள் முழுதும்

தந்தையின் துக்கம் தெரியாது- அவர்

துக்கமறியாது நாம் தூக்கம் கண்டோம் பிஞ்சுப் பாதம்
நோகுமென்று

காலைத் தரையில் பட விடமாட்டார் குரலில் கடுமை
இருந்தாலும்

முறைத்து பார்த்திருந்தாலும் குறைத்து மட்டும் பார்க்கமாட்டார்

முன்னை அன்னை பின்னை தந்தை மன்னிய ஆனந்தம்
பின்னே தந்தைத் தவம் நன்றி சொல்வேன் வாழும்
தெய்வத்திற்கு...

-ம.ஆகாஷ்

அன்பை வெளிப்படத்தாத கண்டிப்பான தந்தை

தமிழிலும் வார்த்தை இல்லை வேறு மொழியில் என்பதற்கு

இடமில்லை பேனாவின் நுனியும் அமைதியடைவதில்லை

புத்தியோ பேனாவின் நுனியை போல் கூர்மையில்லை

என்னை நீ உன் தோள் மீது தூக்கியதில்லை

என்னை ஒரு போதும் கீழே விழ விட்டதுமில்லை

உவமை கதைகளை கூறியதில்லை

கதைகளை பேசி நேரம் கடத்தியதுமில்லை

அவநம்பிக்கையை ஊட்டியதுமில்லை

அவ்வப்போது கண்டிப்பை மறக்கவில்லை

உன் கையை பிடித்த போது பாதையில் பயமில்லை

உன் அன்பை கூற நிகராக எதுவுமில்லை!!!

Manjula. G

அன்பு மகன் எழுதுவது...

நிலவாக நீ இருந்தால் உன்னை சுற்றி வரும் நட்சத்திரமாக நான் இருப்பேன்!

மேகமாக நீ இருந்தால் மழையாக நா இருப்பேன்! சூர்யானாக நீ இருந்தால் உன்னை சுற்றி வரும் பூமியாக நா இருப்பேன்

மரமாக நீ இருந்தால் வேராக நான் இருப்பேன்!

செடியாக நீ இருந்தால் பூவாக நான் இருப்பேன்!

கண்ணாக நீ இருந்தால் கருவிழியாக நான் இருப்பேன்!

இதைப் போல் என்றும் அன்பு தந்தைக்கு துணையாக அன்பு மகன் நான் இருப்பேன்!

-ப. மணிகண்டன்

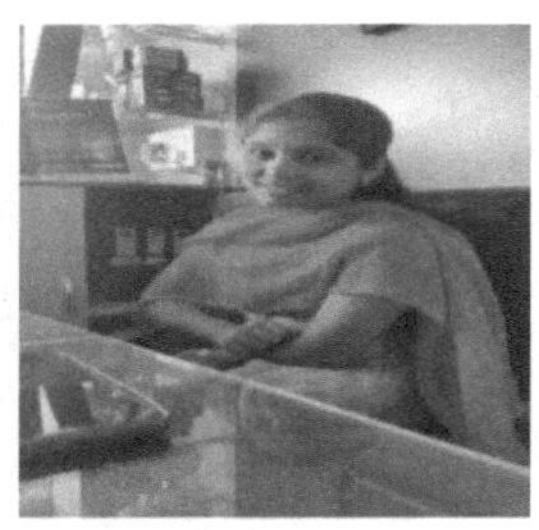

நான்* *நேசித்த* *முதல்* *ஆணும்*

நான் நேசித்த முதல் ஆணும் .. எனக்காக தியாகம் அதிகம் செய்தவன் துன்பம் சுமந்தவன்

சுமையாக இருந்தாலும் சுகமென ஆயுள் முழுவதும் சுமப்பவன்

நான் பேசும் மழலை மொழியையும் கவிதை என ரசித்தவன்

அன்பால் அரவணைக்கும் தேவதை அவன்

நெஞ்சோடு அணைப்பவன் நெற்றி முத்தம் தருபவன்

மகளே ஆனாலும் மறு தாய் என்பவன்...

என்னை எனக்கே அறிய வைத்தவனோ மனதை புரிந்த முதல் நண்பனும் அவன்.. காலம் போனாலும் உன் மடியில் குழந்தையாய் ..காலமே ஆனாலும் உன் இன்னொரு அன்னையாய் ..

படைத்த கடவுளும் அவனே ,அப்பா வெறும் உறவு அல்ல ஒவ்வொரு பெண்ணின் உன்னத உணர்வு .. அப்பா!!..

- Miruthubhashini Ayyasamy

****உயர்வான அன்பிற்கு****

அதிகம் பேசியதில்லை அதற்கு அவசியமுமில்லை

காரணம் பணிவேயன்றி பயமில்லை !!!

செல்வத்தால் குறையேயன்றி பாசத்திற்கு இன்றளவும்

பஞ்சமில்லை !!!!

கவலைகள் பல இருந்தும் வெளி காட்டாது சிறு பிள்ளையாய்
பாவிக்கும் குழந்தை மனம் கொண்டவரே !!!!

உறவுகள் புறம் பேசினாலும் கலங்காது இயன்றதை உடனே
செய்து உறவுகளை பேணும்

உன்னத பண்பாளரே !!!!

இறைவனின் அடியானாய் நல்லதொரு தந்தையாய்

சந்தோசத்தின் மன்னனாய் என்றும் எந்தன் வழிகாட்டியாய்
வாழும் உன்னத உறவுக்கு சமர்ப்பணம் .....

-சா.முகமது காசிம்

உவமையில்லா தந்தைக்கு

அழகிய உறவாய்

அன்பான துணையாய்

உயிர் கொடுக்கும் உயிராய்

மழலையில் தோழனாய்;

இளமையில் ஆசானாய்

இறுதி வரை எனது வழிகாட்டியாய் இருக்கும் எனது உறவே...

என் வாழ்க்கை யாவும் பூக்க

உன் கைகள் யாவும் காய்த்ததே

உன்னை பற்றி நினைக்கும் போதெல்லாம் என் கண்ணின் ஓரம் கண்ணீர் துளி

உன் உடலால் என்னை சுமக்காவிட்டாலும்

உன் உழைப்பால் சுமக்கும் உன்னத உயிரே

-மோகனாதேவி.ச

தந்தை

இல்லை என்பதே இல்லாமல் போனது

இவ்வுலகில்   நீ இருக்கும்வரை

நெஞ்சில் சுமந்தே உறங்கவைப்பார்

கையை   பிடித்தே வளர்த்துவிட்டார்

என் பசியை போக்க பட்டினியாய் உழைத்தவர்

மழைத்துளிகள் என் மீது பட்டால்கரங்கள் தடுத்து காத்திடுவார்

தாயாய் என்னை காத்தவர் அவர்

என்னை நெஞ்சில் தாலாட்டாவே பிறந்தவர்

அகிலம் போற்ற என்னை வளத்தவரும் அவர் ..

எட்டு வைத்த முதல் அடியும்

எழுதப்பட்ட முதல் வரியும்

அவராலே தொடங்கியது ..

-மோகன் குமார்

அப்பா

பெண்கள் தங்கள் வாழ்க்கையில்

இழக்க கூடாத மிக பெரிய சொத்து அப்பா..!

பிள்ளைகளின் ஆசையை நிறைவேற்றுவது

ஒருபுறம் இருந்தாலும்..!,தான் அனுபவித்த கஷ்டங்களை

தனது பிள்ளைகள் ஒருபோதும்

அனுபவிக்க கூடாது என்று நினைத்து தான் அப்பாவின்

இதயம்..! சில நேரத்தில் பகைவன் போல தெரிந்தாலும்,

உனது பாசத்தை மிஞ்சிட யாருமில்லை இவ்வுலகில்என் அன்பு

அப்பா..!

தங்கியிருந்த தாயின் கருவறை புனிதமானது

அதே போல நாம் விழும் போது

தாங்கி கொண்ட அப்பாவின் தோல்களும் புனிதமானதே...!

-மோனிகா

தந்தையின் இன்றியமையாமை

அன்றாடம் தன் பிள்ளைகளுக்காகவே வாழ்பவர்

ஆலமரம்போல் தன் குடும்பத்தைக் காப்பவர்

இலக்குகளும் கனவுகளும் பல உடையவர்

ஈடுபாட்டுடன் தன் கடமைகளைச் செய்பவர்

உழைப்பின் உண்மை வடிவமாகத் திகழ்பவர்

ஊக்குவித்துதன் பிள்ளைகளை வெற்றியடையச் செய்பவர்

எப்பாடுபட்டாவது தன் குடும்பத்தைக் காப்பவர்

ஏமாற்றம்தன் பிள்ளைகளை நெருங்காமல் பார்த்துக்கொள்பவர்

ஐவகை ஒழுக்கத்தின் வழி நடப்பவர்

ஒழுங்கற்ற செயல்களை அறவே வெருப்பவர்

ஓய்வின்றி தன் குடும்பத்திற்காக பாடுபடுபவர்

ஒளடகம்போல்தன் பிள்ளைகளின் மனப்பிணியை

போக்குபவர்..

-Mounisha Shri S

அன்புள்ள அப்பா

வேர்வை துளிகளிலே குளித்தாய்-நாங்கள்

வேர்வை துளிகளை உணரக்கூடாதென,

கண்ணீர் துளிகளை மறைத்தாய்

நாங்கள் கலங்கிட கூடாதென

காயங்களை மறைத்து சிரித்தாய்

நாங்கள் வலிபட கூடாதென

வருடம் முழுதும் உடுத்த

இரண்டு சட்டை போதுமென்பாய்

கருணையின் இலக்கணம் தெரசாவாம், இல்லை என் அப்பா
தான்

அத்தனை கஷ்டத்திலும்

அழகான புன்னகை

உன்னை போல் வாழ உன்னால் மட்டுமே முடியும

-முத்தரசன் முகி🖊

என் சின்ன அன்னையே

யாருக்கும் தலைவணங்காத கர்வம் உடையவன் நான்

ஆனால் உன் செல்ல கோவத்திற்கு முன்னால்

குழந்தையாகவே மறிப்போகிறேன் என் அன்னையின்

பிரிதிபின்பம் நீயே உன் அன்பால் என்னை அடிமையாக்கி

வைத்திருக்கிறாய் என் குட்டி தேவதையே

காலம் வேகமாக நகர்ந்துவிட்டது

நீ வளர்ந்துவிட்டாய் ஆனால் நானோ

உன் மழலைபருவத்திலயே உரைந்துவிட்டேன்

காலம் கடந்துச்செல்லும் கால இயந்திரம் கிடைத்தால்

அதில் பயணிக்கும் முதல் பயணி நானாக தான்

இருப்பேன் ஏன்என்றால் என் அன்னையின்

அன்பில் இன்னும் சிறிது காலம் வாழ்ந்துவிடமாட்டேனா

என்று ஏக்கத்துடன் தவிக்கும் குழந்தையாக....

NATHIRA. K M.com.,BL.,

என் தந்தைக்காக

ஒரு குழந்தையாய் என்னை உலகிற்கு அறிமுகப்படுத்தி,

பாலூட்டி அன்பு காட்டிய தாயைப் போலவும்;

'அ' போட கற்றுக் கொடுத்த என் மதிப்பிற்குரிய ஆசிரியர்
போலவும்; பண்புகளைக் கற்றுக் கொடுத்த

உறவினர் போலவும்; இன்பத்தில் கைகோர்த்தும்,

துன்பத்தில் கைகொடுக்கும் ஒரு நல்ல நண்பனை போலவும்;

என்று ஆயிரம் பேர் இவ்வாறு

இருந்தாலும், மற்றற்ற மகிழ்ச்சியுடன் தனது

கரங்களால், என் சுண்டு விரல் பிடித்து

இவ்வுலகிற்கு அறிமுகப்படுத்தியது

என் தந்தை அல்லவா???

-நந்தினி மாரப்பன்

என்னுயிர் தந்தைக்கு

தனக்கென வாழத் தெரியாத தன்னலமற்ற உயிர் என்
தந்தையே . நான் கேட்காமலேயே என் முகக்குறிப்பினை
உணர்ந்து என் தேவையை நீ தீர்ப்பாய் .

நோய் கொண்டு நான் அழுத போதிலும் கண் உறங்காமல்
என்னை காத்த மறு அன்னையே..

உன்னை பற்றி எழுத நினைத்தால் மனம் நிற்காது
..வார்த்தைகளுக்கே தட்டுப்பாடு நிலவி விடும் ..

நான் சிரிக்க நீ அழுது கொண்டு கடினப்படுகிறாய்

உன் மகளை உன்னை பெற்ற தாயாகவே எண்ணி மகிழ்ச்சி
அடைகிறாய்

அப்பா என்ற மூன்றெழுத்தே ஒரு சிறந்த கவிதையானது ..

உன்னை பற்றி எழுத எனக்கு கிடைத்த வாய்ப்பே வரமானது

.

சு .நர்மதா

அகர வரிசையில் அப்பா

அறிவிற்கு ஆதி அப்பா

ஆண்டவருக்கு நிகர் அப்பா

இயற்கையின் அற்புதம் அப்பா

ஈகைக்கு உவமை அப்பா

உண்மையின் உருவம் அப்பா

ஊக்கத்திற்கு காரணம் அப்பா

எளிமையின் சான்று அப்பா

ஏணிப்படிகளாய் மாறுபவர் அப்பா

ஐயங்களைப் போக்குபவர் அப்பா

ஒழுக்கத்தால் உயர்ந்தவர் அப்பா

ஓராட்டுப் பாடுபவர் அப்பா

ஔடதமாக விளங்குபவர் அப்பா

தமிழ்ச்சிலம்பி

அப்பா,

ஆசிரியராக நீ ஆகவில்லை,

இங்களையும் படிக்கவில்லை,

ஈர்க்கும் அளவு அறிவில்லை, - ஆனால்

உன் மந்திரம் போல் எனக்கு ஏதுமில்லை,

ஊருக்கு நீ முக்கியமில்லை, - ஆனால்

எனக்கு நீ அப்படி இல்லை,

ஏழு பிறப்பு எனக்கில்லை, - அதையெண்ணி

ஐயோ! என நான் வருந்தாமலில்லை,

ஒவ்வொரு நாளும் உன்னை நினைக்காமலில்லை,

ஓ....! என்று நான் அழாமலில்லை..

"ஒளவையாக நான் பிறக்கவில்லை

பிறந்திருந்தால் அதியன் கொடுத்த அத்திக்கனி

அப்பா, உனக்காகத் தான் அது இனி.."

-Ponusubiksha

அப்பா

வீடோ வறுமையின் வாசல்

உணவோ பஞ்சத்தில் உச்சம்

உடுத்தியதோ நைந்ததில் மிச்சம்

உன் விளக்கில்லா வாழ்க்கையில்

வெளிச்சம் கொடுப்பான் என்னும் நம்பிக்கையில் ..

மகளை பள்ளிக்கு அனுப்புகையில் உன் வறண்ட உதட்டிலும்

வற்றாத சிரிப்பு கவலைகள் பல

இருந்தாலும் வெளிக்கொணராத

உன் முகம் ..

என்ன உவமை உரைப்பேன்

உன் தியாக உள்ளத்துக்கு

எதுவும் ஈடாகாது ..

வாசகம் சொல்ல தேவை இல்லை

எனக்கு வாழ கற்றுத்தந்தவர்க்கு ..

-poonkulali

என் தந்தையே

தோற்றத்தில் பாதி பங்கையும் , ஏற்றத்தில் உன்

துணையையும் வளர்ப்பில் உன் உள்ளதையும் தந்தாயே..

உன் ரகசிய அன்பும் உன் மந்திர சொல்லும்

என் இறுதி ஊர்வலத்திலும் நின்றிடுமே ..

உறவை அறிமுகப்படுத்தி ,வியர்வையை அன்பென கருதி

மார்பிலும் தோலிலும் சுமந்தாய் என் தந்தையே..

குடும்பத்திற்கு ஆணிவேராய்,குருதியில் ஆழி உடையாய்

மனதினில் பாரி வள்ளல் போல் கரை புரண்டாய் என்

தந்தையே ..

என் கனவினில் உன் சிரிப்பையும் ,என் நலத்தில் உன்

சிறப்பத்தையும் தியாகம் செய்த என் தந்தையே

எத்தனை உவமை உரைப்பேன் உனக்கு ..?

-ராஜ் குமார்

தன்னலமற்ற என் அப்பா

உணர்ச்சிகளை கொட்ட தெரியாத அப்பாவி இவன் !!

அதனால் என்னவோ அப்பாவியுள் அடக்கமே இவன் !!

வீட்டினுள் எலியாய் வெளியில் புலியாய் வலம் வருபவன் !!

தனக்கென்று ஆசை பாசத்தை

விட்டொழித்தவன் இவன் !! வெளியில் கேட்கும் ஏச்சு

பேச்சுகளை நம்மிடம் பகிராத விட்டொத்தி இவன் !!

பிரச்சனையை மனதில் பூட்டி பொத்தி

பபம் போட்டு காட்ட தெரியாதவன் இவன்

உறவுகளோ இவனை ஏமாளி

கோமாளி என்று வசை பாடுவர் !!

எதையும் தாங்கும் இதயமாய்

நம்மில் வலம் வருபவன் இவன் !!

கா.ச.இராமகிருஷ்ணன்

அப்பா

எல்லையில்லா தகப்பனே எத்தனை உவமை கூறுவது உன்

அன்புக்கு எந்த உவமையும் ஈடாகாது உனக்கு ..

நீயோ மரத்தின் வேர் போன்றவன் ..

உன் மரத்தின் கிளை நான் ..

வேர் என்ற ஒன்று இல்லை என்றால் நான் எப்படி செழிப்பது ..

உன் தியாகம் அனைத்தையும் நான் அறிவேன் .

நன் உனக்கு சுட்டிப்பெண் எனது அனைத்து சேட்டையும்

பொறுத்து

என்னை செல்லமாக வளர்ப்பவன் நீ ..

எனக்கு திமிர் கொஞ்சம் அதிகம் தான்

காரணம் நானோ உன் வீட்டு இளவரசி

அதை சொல்வதில் கொஞ்சம் கர்வம் தான் எனக்கு ..

-ரமாநிவேதா

அப்பா

பத்து மாதங்கள் என்னைச் சுமந்தவள் அன்னை என்றாலும்!

அகழ்வாரைத் தாங்கும் நிலம் போல

தாங்குபவர் தந்தை! எனக்கு சிறுவலி ஏற்படினும் துடிதுடித்துப் போவார்!

பெரிய வலி இருப்பினும் தன் புன்னகையால் மறைத்துச் செல்வார்!

என் பசி போக்க தன் பசி மறந்தவர்!

நான் சிரிக்க அவர் சிரிப்பை மறந்தவர்!

என் தேவையை புரிந்து கொண்டு குறை ஒன்றுமில்லாமல் செய்து முடிப்பார்! தோளில் அமரவைத்து உலகம் என்னவென்று சுற்றிக் காட்டியவர்!

நான் சிரிக்க அவர் சிரிப்பை மறந்தவர் நான் நன்றாக உறங்க அவர் தூக்கத்தை தொலைத்தவர். என் கனவு மெய்ப்பட அவர் கனவை கலைத்தவர்... என்னை மேலேற்ற ஏணியாய் இருந்தவர்.

தள்ளாடும் என் படகின் படகோட்டி அவர். நான் விழாமல் என்னை கரைசேர்த்து விடுவார்.

என் ஆகாயம் அவர். என் வானில் சூரியனும் அவரே சந்திரனும் அவரே!

அன்பு என்னும் அவர் வானில் என் மீது மழையாய் தினந்தோறும் அவர் அன்பு பொழியும். கோபம் என்ற வானவில் எப்போதாவது வந்து மறையும்!!!

அவரின் பாசத்திற்கு எப்போதும் குறையிருக்காது. தோள் கொடுக்க தந்தை உண்டு.என் கை வெண்மையாய் இருக்க அவர் கை எப்பொழுதும் கருமை நிறமே!

கருவறையில் பத்து மாதம் கருவில் சுமந்தவள் அன்னை.

கருவறையில்லாமல் ஆயுளுக்கும் இதயத்தில் சுமப்பவர் தந்தை...

என் முதல் நாயகன் ஓய்வறியா சூரியன் அவரின் பாசம் அளவுக்கு அதிகமாக

இருந்தாலும் என்னாலும் பன்னாடு கடந்தாலும் மாறாது!!!

நான் வளர்ந்தாலும் அவர் ஆயுள் வரை அவருக்கு என்றுமே நான் குழந்தை தான். அவர் எனக்கு முதல் குழந்தை தான்!!!

ர. ரமேஷ்

திருப்பூர்

உவமையில்லா தந்தைக்கு'

உன் உயிரின் பாதியும் உன் இணையின் மீதியும்

இருவரினால் உருவான எனது

உயிரின் நாடித்துடிப்பே!!

குழந்தை பருவத்தில் நடக்க

கற்றுத் தந்ததும் நீயே!!

பேதைப் பருவத்தில் படிக்க

கற்றுத் தந்ததும் நீயே!!

பெதும்பை பருவத்தில் நட்பைப் புரிய வைத்ததும் நீயே!!

மங்கை பருவத்தில் பெண்ணின் உணர்வை அறிய வைத்ததும்
நீயே!!

அரிவை பருவத்தில் எனது வாழ்க்கைத் துணையைத்
தேர்ந்தெடுக்கும் தந்தையே!

உன்னை என் உயிருடன் மட்டுமே உவமையிட முடியும்

மற்றவைகளுடன் உவமையிட்டால் -அது

மிகையாகாது என் உயிர் நாடியே!!

-ல.ரம்யா

அப்பா

கண் கண்ட முதல் தெய்வம் பாசத்திற்கு குறையில்லை

முறைத்து கூட பார்த்ததில்லை முகம் சுளித்து பேசியதில்லை

குரல் உயர்த்தி கத்தியதில்லை

தனியே நான் தவித்ததில்லை

தடுமாறி என்னை விழவிட்டதில்லை

அன்புகாட்டி வளர்ப்பதில் உன்னை மிஞ்சிய ஆள் இல்லை

வேண்டியதை கேட்கும் முன்னே என்னை வந்து சேர்ந்து விடும்

என் உலகத்தை காட்டிட

உன் உதிரத்தை உதிர்த்து

பசி, தூக்கமின்றி பாடுபட்டு

என்னை பட்டம் வாங்க வைத்தாய் !!!!

மா. சங்கீதா

என் தந்தைக்காக

கருவில் சுமந்தவளைவிட கண்ணீர் வழிந்தோடியது அந்த

உயிருக்கு(தந்தை)... கைகளில் என்னை ஏந்த

ஒவ்வொரு கணமும் தவம் கிடந்தது அவ்வுயிர்..

மலரால் வேயப்பட்ட பஞ்சு மெத்தையில்

நான் இறுகிக்கிடக்க இதமான இளஞ்சூடு பரவி

உதைத்தேன் அவ்வுயிரின் கரங்களை..

தட்டிவிடாமல் தாங்கிப் பிடித்தது..

கரங்களில் மட்டுமல்லாது தனது தோள்களிலும்எதனால்?

மகன் என்றா? இல்லை என் வாழ்வின் அரசன் என்றா?

என்னைத் தாங்கிய உன்னை

எமது கரங்கள் தாங்க வருவாயா என்னுயிரே

என் பிள்ளையாக!!..

-🐾குட்டி சந்தோஷ்

அந்த இறைவனும் தோற்றுப்போவான் என் தந்தை அன்பிற்கு
முன்பு*

மூன்றெழுத்து மந்திரமே!

உன் கடலளவு கோபம்,

என் சிறு கண்ணீரில் மாய்ந்திடுமே!

தியாகத்தின் புதையலே!

உன் பசியை மறந்து,

நீ என் பசி ஆற்றுவதை

நான் அறிவேனே;

என் நலன் காக்க,

நீ படும் பாடை

நிதமும் நான் அறிவேனே;

அன்பின் இலக்கணமே!

தந்தை என்ற மாயச் சொல்லில்

இருக்கிறது அற்புதமே!

நான் உயர துணைநின்று,

நீ மெழுகாய் கரைவதையும்

நான் அறிவேனே;

உன் சிறு புன்னகையில்,

நீ ஒலித்து வைக்கும்

வலிகளையும் நான் அறிவேனே;

உன் நிழலின்றி

நான் ஏது தந்தையே?

கண்மணிப்போல்

உனைக் காப்பேன் என்றுமே!

உன் துயரில்

பாதி தந்துவிடு தந்தையே!

உன் வலிகளை

நானும் சுமப்பேன் என்றுமே!

எத்துனை பிறவியிலும்,

நீ தான் என் தந்தையே!

வரம் பெற்றுவிட்டேன் என்றும்

நான் தான் உன் பிள்ளையே!

யார் போயினும்

கவலை கொள்ளாதே தந்தையே!

நான் இருப்பேன்

இறுதிவரை உண்மையே!

அந்த இறைவனே பொறாமைக்கொள்வான்

நம்மை எண்ணியே!

அவனும் தோற்றுபோவான்

உன் அன்பிற்கு முன்னி

-ஷைலோஜோய்.ஆ.ஜோ

தந்தையின் தாலாட்டு

அதற்றும் குறளாய் நீ!

அன்னையின் பின்

ஒளியும் உருவமாய் நான்!

அன்று புரியவில்லை,

அடிபட்ட கல்தான்

சிலையாகி நிற்கும் என்று!!

நீ உழைத்து தேய்ந்ததில்

முலைத்த மொட்டு நான்;

உன் வியர்வை துளியில்

வளர்ந்த கிளை தான்; கிளை அது மரமாக

மரத்தின் நிழல்-அதில் உன்னை சுமக்கும் பாக்கியம்

கிட்டுமோ..!?

-சுபஹரிணி சுரேஷ்

தரம் உயர்ந்த தந்தைக்கு ..

தாகம் தீர்க்க தன்னுயிரை கொடுத்தான்..!

தானம் செய்து தலை நிமிர்ந்து நின்றான் ..!

 கஷ்டங்களை கல்போல் சுமந்து சென்றான் ..!

நான் கவலைகள் மறந்து சிரிப்பதற்காக..!

தந்தை போன்ற தன்னிகரற்ற தங்கத்தை..!

எத்தனை வருடம் தவத்தாலும்

எட்டிப் பெற இயலாது ..!

ரத்தத்தை சிந்தி உழைக்கும் தந்தையை..!

உன் வெற்றி என்னும் ரதத்தில் ஏற்றிச் செல்ல வேண்டும் ..!

உலகத்தை வெல்ல உறுதுணையாக நிற்கும் ..!

உன் தந்தையை உயிர் உள்ளவரை மறவாதே ..!

-SRI VISHNU. K

அப்பா

அப்பா நீங்கள் கவிதை அல்ல

உரைநடை உங்கள் வாழ்க்கை

வரலாறு   அல்ல வாழ்க்கையின் எதார்த்தம்.

அப்பாவின் நடமாடும் நிழல்கள் தானே நாமெல்லாம்!

அவர் உதிரத்தில் உருவான

செடிகள் தானே நாமெல்லாம்!

மலர்களை மட்டுமே நாம் ரசிப்பதால் வேர்கள்

நம் கண்களுக்கு தெரிவதில்லை அது

போல் தான் நம் தந்தையும்.

அச்சாணியை யாரும் அல்லி முத்தமிடுவது இல்லை

நீங்கள் அச்சாணி   அப்பா !

SWATHI.L

என் தந்தை

விந்தையாய் கிடைத்த வரம்!

கண்ணில் கோபத்தையும்

நெஞ்சில் பாசத்தையும் சுமப்பாய்

தவறுகளை தட்டிக் கேட்பாய்

தடைகளை எட்டி உதைப்பாய்

வானத்தையும் எட்டிடுவேன்

என் அருகில் நீ இருக்க ,

இறைவனுக்கு நன்றி கூற வேண்டுமோ?

இறைவனே தந்தை வடிவில்!

என்றோ நான் செய்த நன்மை

அதற்காக கிடைத்த ஓர் உண்மை பரிசு

அதுதான், என் தந்தை!

-வே.வசந்த பிரியா